INSIGHT PUBLICA®

INSIGHT PUBLICA

Nadakkave, Kozhikode, Kerala
Tel:0495–4020666
www.insightpublica.com
e-mail: insightpublica@gmail.com

Puthiya Nadodi

(Malayalam)

(Studies)

M. Kamarudheen

First Edition: January 2017

ISBN 978-93-85899-64-5

Printed and Published by
InsightinPublica Printers & Publishers Pvt Ltd.

പുതിയ നാടോടി

എം.കമറുദ്ദീൻ

INSIGHT PUBLICA®

തൃശ്ശൂർ ജില്ലയിലെ വടക്കേക്കാട് സ്വദേശി. ആനുകാലികങ്ങളിൽ എഴുതുന്നു. *പഞ്ചസാരയുടെ ഉപമ* (ലഘുനോവലുകൾ) *അടിപ്പാറ താമിയും നല്ലവനായ ഞാനും, രണ്ടു നാവികർക്കു ശരത്കാലം, വിശുദ്ധ ജെറിയുടെ ജീവിതത്തിൽ നിന്ന്* (നോവൽ) *തെരുവിന്റെ മറ്റേയറ്റം, വേട്ടക്കാരുടെ വരവ്, ചതുപ്പ്* (കഥകൾ) *ശരീരവും സംസ്ക്കാരവും* (പഠനം) *വാൾഡൻ* (വിവർത്തനം) *യുദ്ധം, ഇന്ത്യൻ സ്വാതന്ത്ര്യ സമരം* (ചരിത്രം) *ഹൃദ്രോഗത്തിൽ നിന്നും ശാശ്വത മോചനം* (ആരോഗ്യശാസ്ത്രം) എന്നിവയാണ് പ്രസിദ്ധീകരിച്ച പുസ്തകങ്ങൾ

വിലാസം : എം. കമറുദ്ദീൻ, മാരാത്ത് ഹൗസ്, വടക്കേക്കാട്, പി. ഒ., തൃശ്ശൂർ ജില്ല – 670 562

എം. കമറുദ്ദീൻ

അനുഭവങ്ങളുടെ പുനർവായന

അനുഭവങ്ങളുടെ ചരിത്രവും വർത്തമാനവുമാണ് മനുഷ്യരുടെ ചരിത്രവും വർത്തമാനവും. പഴയ മാനവനിൽ നിന്ന് പുതിയ മനുഷ്യ വർഗത്തിലേയ്ക്കുള്ള ദൂരം അടയാളപ്പെടുത്തുകയാണ് എം.കമറുദ്ദീൻ പുതിയ നാടോടി എന്ന ഈ പുസ്തകത്തിലൂടെ.

മനുഷ്യാനുഭവങ്ങളെ മറ്റൊരു വിധം വായിച്ചെടുക്കാനുള്ള ശ്രമമാണ് ഓരോ ലേഖനങ്ങളും. കുടുംബം, വിദ്യാഭ്യാസം, ഭരണം, ഭക്ഷണം, സാങ്കേതികവിദ്യ എന്നിങ്ങനെ മനുഷ്യന്റെ വ്യവഹാര മണ്ഡലങ്ങളെ മുഴുവൻ കമറുദ്ദീൻ മറ്റൊരു നോട്ടത്തിലൂടെ വായിച്ചെടുക്കുന്നു. മനഃശാസ്ത്രമാണ് അദ്ദേഹത്തിന്റെ നോട്ടപ്പാട്. എങ്കിലും വ്യവസ്ഥാപിതമോ അക്കാദമികമോ ആയ മനഃശാസ്ത്ര ശാഖയല്ലിത്.

മനുഷ്യവ്യവഹാരങ്ങളെ മുഴുവനും അവയുടെ വൈരുധ്യങ്ങളെയും അവയുടെ അധികാരബന്ധങ്ങളെയും സമർത്ഥമായി വായിച്ചെടുക്കാൻ ഈ ഗ്രന്ഥകാരൻ ശ്രമിക്കുന്നു. സവിശേഷമായ ഈ അന്വേഷണങ്ങൾ മലയാളിക്കു മുന്നിൽ സമർപ്പിക്കുന്നതിൽ ഞങ്ങൾക്ക് അതിയായ സന്തോഷമുണ്ട്.

സുമേഷ് ഇൻസൈറ്റ്

ആമുഖം

അനുഭവങ്ങളെ ഉൾക്കൊള്ളുന്ന ഒരു രീതിയുണ്ട്. ഇതിൽ മനുഷ്യരും മൃഗങ്ങളും തമ്മിൽ ചില സാമ്യങ്ങളും വ്യത്യാസങ്ങളുമുണ്ട്. മനുഷ്യന്റെ ഒരു പ്രത്യേകത 'അനുഭവം' എന്ന വാക്കുതന്നെ അനുഭവങ്ങളെ രൂപീകരിക്കുന്നതിൽ പ്രധാനമായി വരും എന്നതാണ്. അതുകൊണ്ട്, ഭാഷയെ ഒഴിച്ചുനിർത്തി മനുഷ്യാനുഭവങ്ങളെ വിവരിക്കുക പലപ്പോഴും എളുപ്പമല്ല. അനുഭവങ്ങളെ ആവിഷ്കരിക്കാനാവശ്യമായ ഭാഷ കണ്ടെത്തുകയെന്നതും പ്രധാനമാണ്. ഇത്തരം കുറേ പരിമിതികളും അവയുടെ തന്നെ സാദ്ധ്യതകളും ഈ ലേഖനങ്ങൾ ഒരു പ്രത്യേക തരത്തിൽ അനുഭവിക്കുന്നുണ്ട്.

പല കാലങ്ങളിലായി എഴുതിയ ലേഖനങ്ങളാണ് ഈ പുസ്തകത്തിൽ സമാഹരിച്ചിട്ടുള്ളത്. വിഷയങ്ങളിൽ വ്യത്യാസമുണ്ടെങ്കിലും ഇവയിലെല്ലാം പൊതുവായി വരുന്ന ഒരു ഘടകം മനശ്ശാസ്ത്രസമീപനമാണ്. മനുഷ്യമനസ്സിലാണ് ഈ ലേഖനങ്ങൾ ശ്രദ്ധയൂന്നുന്നത്. വ്യക്തി മനസ്സ് ചിലപ്പോൾ കാലത്തിന്റെയും പ്രത്യേക ചരിത്രഘട്ടത്തിന്റെയും മനസ്സായി രൂപപ്പെടുന്ന സന്ദർഭങ്ങളുണ്ട്. ഏതനുഭവത്തിന്റെയും ഒരു വർണ്ണരാജി മനുഷ്യമനസ്സ് രൂപപ്പെടുത്തുന്നുണ്ടല്ലോ.

ഏതെങ്കിലും പ്രത്യേക മനശ്ശാസ്ത്ര പദ്ധതിയുടെ അടിസ്ഥാനത്തിലല്ല, പൊതുവായ മനശ്ശാസ്ത്ര കാഴ്ചപ്പാടോടെയാണ് ഈ ലേഖനങ്ങൾ എഴുതിയിട്ടുള്ളത്. 1998 മുതൽ പലപ്പോഴായി ആനുകാലികങ്ങളിൽ പ്രസിദ്ധീകരിച്ചവയാണ് എല്ലാ ലേഖനങ്ങളും.

വായിക്കുന്നവർക്ക് എന്ത് തോന്നുന്നു എന്നതാണ് പ്രധാനം. സ്വയം വ്യക്തത വരാത്ത ഒന്നിനെ വേണമെങ്കിൽ ഭാഷയിലൂടെ വ്യക്തമാക്കാൻ ശ്രമിക്കാം. അതൊരു വഴിയാണ്. എന്നാൽ സ്വയം വ്യക്തത വരാത്ത ഒന്നും ഇതിൽ എഴുതിയിട്ടില്ല.

കേരളീയ മനസ്സിന്റെ നില കണ്ടെത്താനുള്ള ഒരു ശ്രമം ഇതിലെ ചില ലേഖനങ്ങൾക്കു പിന്നിലുണ്ട്. അത് ഫലപ്രദമാവാൻ ഇനിയും കുറേ സഞ്ചരിക്കേണ്ടതുണ്ട്. പുസ്തകരൂപത്തിൽ ഈ ലേഖനങ്ങൾ പ്രസിദ്ധീകരിക്കാൻ തയ്യാറായ ശ്രീ വി.പി. സുമേഷിന് നന്ദി.

എം. കമറുദ്ദീൻ

ഉള്ളടക്കം

ചുവന്ന ദശകത്തിന്റെ മനസ്സ്

അച്ഛൻ മരിച്ച വിവരമറിയിക്കുന്ന കമ്പി സന്ദേശം കിട്ടിയയുടൻ മനോനില തെറ്റിയ അയ്യപ്പമേനോൻ എന്ന ഒരാൾ ഏകദേശം നാല്പതു വർഷത്തോളം നാട്ടിൽ അലഞ്ഞുനടന്നിരുന്നത് ഞങ്ങളൊക്കെ കണ്ടിട്ടുണ്ട്. ഈ മനുഷ്യന് മുമ്പ് ഒരു പ്രേമപരാജയവും ഉണ്ടായിട്ടുണ്ട്. പ്രേമപരാജയം മരണത്തെ നിസ്സാരമാക്കുന്ന ഒരനുഭവമാണ്. പ്രേമപരാജയം സംഭവിച്ചയാൾ മരിക്കാൻ ആഗ്രഹിച്ചുകൊണ്ടിരിക്കും, എന്നാൽ കിണറ്റിൽ ചാടാൻ പോകുമ്പോൾ മഴയാണെങ്കിൽ കുട ചൂടുകയും ചെയ്യും. മഴയെക്കുറിച്ചുള്ള ഒരു പൂർവ്വബോധം മനസ്സിൽ കിടക്കുന്നതുകൊണ്ടാണ് ഇങ്ങനെ സംഭവിക്കുന്നത്. കിണറ്റിൽ ചാടാൻ പോകുന്നയാൾ നീർക്കോലിയെ കണ്ട് പിന്തിരിയുക തന്നെ ചെയ്യും. അയാൾ കിണറ്റിൽ ചാടാനേ ആഗ്രഹിച്ചിട്ടുള്ളൂ. നീർക്കോലിയുടെ കടി ആഗ്രഹിച്ചിട്ടില്ല. ഇതൊക്കെ മനസ്സിന്റെ ചില തീരുമാനങ്ങളാണ്. മനസ്സുമായി ബന്ധപ്പെട്ട ഏതൊരു കാര്യവും പരിചിതമായ യുക്തിയെ തെറ്റിക്കുന്നുണ്ട്.

മനുഷ്യമനസ്സിനെക്കുറിച്ചാണ് ഏറെ തെറ്റിദ്ധാരണകൾ നിലനിൽക്കുന്നത്. മനസ്സിനെക്കുറിച്ചു പഠിക്കുന്നതും മനസ്സുകൊണ്ടാണെന്ന ഒരു പ്രത്യേകതയുണ്ട്. ഭൂമിക്ക് ഒരിക്കലും ഭൂമിയെക്കുറിച്ചു പഠിക്കേണ്ടിവരുന്നില്ല. പുല്ലുമുതൽ പിപീലികാജാലം വരെയുള്ള ജീവന്റെ വിവിധവിന്യാസങ്ങളിൽ അവനവനെക്കുറിച്ചും അന്യനെക്കുറിച്ചും സവിശേഷമായി അറിയാൻ നിർബ്ബദ്ധനായ ജീവി മനുഷ്യൻ മാത്രമാണ്. ചില ജീവികൾക്ക് ചില ഇന്ദ്രിയങ്ങളുടെ വികാസം മനുഷ്യനെക്കാൾ

കൂടുതൽ ഉണ്ടായിരിക്കും. സ്രാവിന്റെയും പട്ടിയുടെയും ഘ്രാണശക്തി, പരുന്തിന്റെ കാഴ്ച എന്നിവയെല്ലാം ഉദാഹരണം. ആഹാരം തേടുന്ന നെയ്യുറുമ്പുകളിൽ ഒരു ഉറുമ്പിന് ഭക്ഷണം ലഭിച്ചാലുടൻ അതിന്റെ ശരീരത്തിൽ നിന്നും പുറപ്പെടുന്ന ഒരു സ്രവത്തിന്റെ ഗന്ധം പിടിച്ചെടുത്ത് മറ്റ് ഉറുമ്പുകൾക്ക് അവിടെ എത്താൻ കഴിയും. ഇത് ഉറുമ്പ് ബോധപൂർവ്വം ചെയ്യുന്ന ഒരു പ്രവൃത്തിയല്ല. അതിന്റെ ശരീരം അനുവദിച്ച ഒരു സ്വാഭാവികനന്മയാണ്. ഉറുമ്പുകൾക്ക് സ്വാർത്ഥരാവാൻ കഴിയില്ലെന്ന് പറയുന്നത് ഇതുകൊണ്ടാണ്.

മനുഷ്യന്റെ കാര്യത്തിൽ ഇതൊക്കെ പെട്ടെന്ന് തെറ്റുന്നത് കാണാം. സ്വാർത്ഥനാവുകയെന്നത് മനുഷ്യന്റെ ഒരു തീരുമാനമാണ്. മനുഷ്യനെ സംബന്ധിക്കുന്ന എല്ലാം മനുഷ്യന്റെ തീരുമാനത്തിനു വിടുകയെന്നതാണ് ഏറക്കുറെ പ്രകൃതിയുടെ ഒരുരീതി. മനുഷ്യലോകം ഇത്രമേൽ അസംതൃപ്തവും സംഘർഷഭരിതവുമാവാനുള്ള ഒരു കാരണം ഇതുതന്നെയാണ്. മനുഷ്യൻ തിരഞ്ഞെടുപ്പുകളുടെ ഇരയാണ്. മൃഗങ്ങൾക്ക് പ്രകൃതി തന്നെ വഴികാട്ടുന്നുണ്ട്. മൃഗങ്ങളുടെ ശരീരത്തിനു മുകളിൽ പ്രകൃതിക്ക് അയഞ്ഞുപോകാത്ത ഒരു പിടിയുണ്ട്, കാരണം മൃഗം ഒരു പ്രകൃതിദൃശ്യത്തിന്റെ ഭാഗമായ വിനീതമായ ഒരു സാന്നിദ്ധ്യം മാത്രമാണ്. കന്നിമാസം നായ്ക്കളിൽ കാമം നിറയ്ക്കുന്നതുപോലെ, മഴക്കാറ് മയിലുകളുടെ പീലി വിടർത്തുന്നതുപോലെ നിർമ്മലമായ ഒരു നിയന്ത്രണം മൃഗങ്ങൾക്കുമുകളിൽ പ്രകൃതിക്കുണ്ട്.

ബോധമണ്ഡലത്തിന്റെ സവിശേഷമായ പ്രവർത്തനം ആരംഭിക്കുന്നതോടെയാണ് മനുഷ്യൻ ഒരു പ്രത്യേകനിലയിൽ പ്രകൃതിയിൽനിന്നും പുറത്താവുന്നത്. ഒരു പ്രത്യേക സാമൂഹികസംഘടനയിൽ നിന്നും വ്യക്തി പുറത്താവുന്നതും ബോധമണ്ഡലത്തിന്റെ പ്രത്യേകമായ പ്രവർത്തനം മൂലമാണ്. മനുഷ്യബോധത്തിന് ഒരു പ്രത്യേകതയുണ്ട്. അത് സ്വന്തം വാലിൽ തിരിഞ്ഞു കടിക്കുന്ന ഒരു സർപ്പത്തെപ്പോലെയാണ്. ബോധത്തിന് കാരണമായ പദാർത്ഥത്തെ (തലച്ചോറിനെ)ത്തന്നെ വേണമെങ്കിൽ ബോധത്തിന് അപകടപ്പെടുത്താം. ബോധം ആർജ്ജിക്കുന്ന ഭാഷയടക്കമുള്ള സാംസ്കാരിക ചിഹ്നങ്ങൾക്ക് ബോധത്തെ തകിടം മറിക്കാനും, തലച്ചോറിലെ ന്യൂറോട്രാൻസ്മിറ്ററുകളുടെയും ജൈവവൈദ്യുതിയുടെയും തുലനാവസ്ഥതെറ്റിക്കാനും കഴിയും. അച്ഛന്റെ മരണവാർത്ത കേട്ട അയ്യപ്പമേനോനിൽ സംഭവിച്ചത് ബോധത്തിന്റെ ഈ ഇടപെടലാണ്.

ഒരു പ്രത്യേക ചരിത്രഘട്ടം വ്യക്തികളുടെ മാനസികഭാവം സവിശേഷമായി രൂപീകരിക്കുന്നുണ്ടോ? ചരിത്രത്തിന്റെ നിസ്സംഗനായ സാക്ഷിമാത്രമാണോ വ്യക്തി..? എന്നിങ്ങനെയുള്ള ചോദ്യങ്ങൾ മനഃശാസ്ത്രത്തിലും ചർച്ചാവിഷയമായിട്ടുണ്ട്. അമേരിക്കയിൽ പണപ്പെരുപ്പം വന്ന് സാമ്പത്തികരംഗം അനിശ്ചിതത്വത്തിലായ സന്ദർഭത്തിൽ വ്യക്തികൾ കൂട്ടത്തോടെ മനോരോഗലക്ഷണം പ്രകടിപ്പിച്ചിരുന്നതി

നെക്കുറിച്ച് രേഖകളുണ്ട്. ന്യൂറോസിസ് വിഭാഗത്തിൽപെട്ട ഉത്ക്കണ്ഠ രോഗങ്ങളും ഹിസ്റ്റീരിയയുമാണ് കൂടുതലും കാണപ്പെട്ടിരുന്നത്. പരീക്ഷാപ്പേടിയോ, കൃഷിനാശമോ, കടക്കെണിയോ അടക്കമുള്ള ഏതവസ്ഥയുണ്ടാക്കുന്ന ഉത്ക്കണ്ഠയും അനുഭവത്തിന്റെ തലത്തിൽ ജീവഭയമായാണ് വെളിപ്പെടുക. മരിക്കാനുള്ള ഭയം കൊണ്ട് ആത്മഹത്യ ചെയ്യുന്നവരുണ്ട്. പൊതുവെ, കാത്തിരിക്കാനുള്ള ഭയവും അക്ഷമയുമാണ് പല ആത്മഹത്യകൾക്കും പിന്നിലുള്ളത്. നക്സലൈറ്റ് കാലഘട്ടത്തിൽ, പ്രത്യേകിച്ച് അടിയന്തരാവസ്ഥക്കാലത്ത് ഭയം ഒരു പ്രധാന സത്യമായിരുന്നുവെന്ന് കാണാൻ കഴിയുന്നുണ്ട്. ഭയക്കാനല്ല, ഭയത്തെ ഒരിക്കൽ ഭയക്കേണ്ടിവരുമല്ലോയെന്നതാണ് ആളുകളുടെ ഭയമെന്ന് സൂക്ഷ്മമായ വിശകലനത്തിൽ മനസ്സിലാകും. മനുഷ്യരിൽ ചിലപ്പോഴൊക്കെ ഭയത്തിനെതിരായുള്ള ഒരു പ്രതിരോധതന്ത്രമായി വിപ്ലവപ്രവർത്തനവും യോഗാസന ക്രിയകളും എല്ലാം വരുന്നുണ്ട്. മരിക്കാൻ ഭയമുള്ളവരെ പല തവണ മരിച്ച് ശീലിപ്പിക്കുകയെന്നതാണ് ചിലപ്പോൾ ഒരു സൈക്കോതെറാപ്പിസ്റ്റിന്റെ മാർഗ്ഗം. യോഗശാസ്ത്രത്തിൽ പറയുന്ന ശവാസനമടക്കമുള്ള പല ആസനങ്ങളുടെയും ജന്മദൗത്യം ഇതാണെന്നു പറഞ്ഞാൽ യോഗികളാരും അംഗീകരിക്കാനിടയില്ലല്ലോ. ജീവികളുടെ പ്രധാനഭയങ്ങളിലൊന്ന് ഭക്ഷണം ലഭിക്കാതെ വരുമോ എന്നതാണ്. സൗരോർജ്ജത്തെ ഭക്ഷണമാക്കി മാറ്റിയ ഇന്ത്യയിലെ പ്രസിദ്ധ സൂര്യോപാസകൻ ഈയിടെ പറഞ്ഞത് ഭക്ഷണം ആവശ്യമില്ലാതെ വന്നതോടെ മരണഭയം തീരെകുറഞ്ഞുവെന്നാണ്.

ഒരു ക്വട്ടേഷൻ കൊലയാളിയെക്കാൾ മരണത്തെക്കുറിച്ച് ബോധവാനാണ് ഒരു യോഗി. തീറ്റ മാത്രം ആഘോഷമാക്കിയ, തീറ്റയിൽ അരാജകവാദിയായ ഒരുവനേക്കാൾ തീറ്റയെക്കുറിച്ച് ബോധവാനായിരിക്കും ഒരു പ്രകൃതി ചികിത്സകൻ എന്നത് മനുഷ്യമനസ്സിനെക്കുറിച്ച് പഠിക്കുന്നവരെ ദുഃഖിപ്പിക്കുന്ന ഒരു കൗതുകമാണ്. എപ്പോഴും മരണത്തെ നേർക്കുനേർ കാണുന്ന പട്ടാളക്കാരന് മരണത്തെക്കുറിച്ച് ചിന്തിക്കാൻ നേരമില്ല. അയാൾ ഒരു വെടിയുണ്ടക്ക് പാഞ്ഞുപോകാനുള്ള പഴുതന്വേഷിക്കുന്നതിൽ വ്യാപൃതനാണ്. അതുകൊണ്ടാണ് പട്ടാളക്കാരെ എപ്പോഴും തിരക്കുപിടിച്ചവരാക്കാൻ വാർസൈക്കോളജിസ്റ്റുകൾ പറയുന്നത്.

ഏതൊരു മരണവും ആദ്യം സംഭവിക്കുന്നത് ഒരുവന്റെ ബോധത്തിലാണ്. അതിനുശേഷമാണ് ബോധത്തിന്റെ ശരീരത്തിൽ സംഭവിക്കുന്നത്. മരണത്തെക്കുറിച്ച് ഏറെ വ്യാകുലതകളുള്ളവരാണ് മരണോപാസകരായി മാറുന്നത്. പൊട്ടാസ്യം സയനൈഡ് കഴുത്തിൽ കെട്ടിയിട്ട് നടക്കുന്ന തമിഴ്പുലിക്ക് മരണബോധം അത്രമാത്രം ഉണ്ടാവാനിടയില്ല. അയാൾക്ക് ജീവിതം ഒരു ബോണസ് പോലെ ദിവസവും ലഭിക്കുന്നതാണ്. ഓരോദിവസവും പുതുമയോടെ ഉണരാം. ഇന്ന് മരിക്കേണ്ടിവന്നില്ലല്ലോയെന്ന അത്ഭുതത്തോടെ ഉറങ്ങുകയും ചെയ്യാം.

ചിലരോഗങ്ങളും ഇത്തരം ഒരു മാനസികഭാവം സൃഷ്ടിക്കുന്നുണ്ട്. ഒരു ക്രോണിക് രോഗിയേക്കാൾ ഭീതി ടെർമിനൽ രോഗിക്കുണ്ടായിരിക്കും. മൂർച്ഛിച്ച കാൻസർ രോഗം മരണം രോഗിയുടെ ബോധത്തിൽ ഉറപ്പാക്കുന്നു. എന്നാൽ ഹൃദ്രോഗം, പൊട്ടാസ്യം സയനൈഡ് കഴുത്തിൽ കെട്ടി നടക്കുന്ന മാനസികഭാവം നൽകുന്നു. ഇത് അനിശ്ചിതത്വത്തിൽ നിന്നു ലഭിക്കുന്ന ആശ്വാസമാണ്. അനിശ്ചിതത്വം മനുഷ്യനെ ആശ്വസിപ്പിക്കുകയും വ്യാകുലപ്പെടുത്തുകയും ചെയ്യും. സുനിശ്ചിതത്വവും ഇങ്ങനെത്തന്നെ. അതുകൊണ്ട് സുനിശ്ചിതത്വം (Certainty) അനിശ്ചിതത്വം (Uncertainty) എന്നിവ മനശ്ശാസ്ത്രത്തിൽ ഒരിക്കലും ചേരാത്ത ദ്വന്ദ്വങ്ങളല്ല.

ദുഃഖമാണ് ആത്മഹത്യക്ക് ഒരു കാരണമെന്ന് പറയാറുണ്ട്. വ്യക്തിദുഃഖമാണോ ലോകദുഃഖമാണോ കാരണമാകുന്നത് എന്ന് ചോദിക്കാം. ലോകദുഃഖം അഭ്യസന(learning)ത്തിലൂടെ വ്യക്തിദുഃഖത്തിന്റെ തലത്തിലേക്കുവരാം. നക്സലൈറ്റ് കാലഘട്ടത്തിൽ ഇത്തരം ഒരഭ്യസനം സംഭവിച്ചിട്ടുണ്ട്. എന്നാൽ, നേരിയ തോതിലെങ്കിലും ഒരു രോഗത്തിന്റെ രൂപത്തിലേക്കു വരാത്ത ദുഃഖങ്ങളൊന്നും ആത്മഹത്യക്കു കാരണമാവുന്നില്ല എന്നുവേണം കരുതാൻ. ദുഃഖത്തെ ഉപാസിച്ചുകൊണ്ട് പാബ്ലോനെരൂദ ഒരു കവിത എഴുതിയിട്ടുണ്ട്. തനിക്ക് ദുഃഖം ഉണ്ടാവണം എന്നാണ് കവി ആഗ്രഹിക്കുന്നത്. ഇങ്ങനെ ആഗ്രഹിക്കുന്നതോടെ ദുഃഖം സുഖമായി മാറിക്കഴിഞ്ഞു. സ്വസ്ഥത നൽകുന്ന ദുഃഖത്തെയെല്ലാം ഇങ്ങനെ കാവ്യവിഷയമാക്കാം.

പ്രേമപരാജയം ആത്മഹത്യക്കു കാരണമാവുന്നതിനെക്കുറിച്ചു പറഞ്ഞുവല്ലോ. നമ്മുടേതുപോലെ പുരുഷന്റെ അധികാരസ്ഥാപനങ്ങൾക്കു പ്രാമുഖ്യമുള്ള സമൂഹത്തിൽ പ്രേമനൈരാശ്യം കൊണ്ട് ആത്മഹത്യ ചെയ്യുക കൂടുതലും പുരുഷന്മാരായിരിക്കും. 'ഞാൻ' എന്ന ധീരോദാത്തനായകനു ചെകിത്തട്ടു കിട്ടുന്ന അടിയാണ് ഒരു പെണ്ണിന്റെ തിരസ്കാരം മൂലമുണ്ടാവുന്ന പ്രേമനൈരാശ്യം. പ്രിയപ്പെട്ട കാമുകി തികച്ചും നല്ലവനായ ഒരു ഭർത്താവിന്റെ കൂടെ പതിവുപോലെ സസന്തോഷം ജീവിക്കുന്നുണ്ടെന്ന അറിവ് കാമുകനെ ആശ്വസിപ്പിക്കണമെങ്കിൽ സാധാരണഗതിയിൽ കാമുകൻ മുമ്പ് കാമുകിയുമായി ലൈംഗികബന്ധത്തിലേർപ്പെട്ടിട്ടുണ്ടായിരിക്കണം. സദാചാരത്തിന്റെയെല്ലാം അടിവസ്ത്രത്തെ സ്പർശിക്കുന്ന ചില കാര്യങ്ങളാണ് ഇതെല്ലാം.

അടിയന്തരാവസ്ഥക്കാലത്തെ പീഡനങ്ങളും, പെട്ടെന്ന് സംഭവിച്ച ഭീതിയുടെ ചുറ്റുപാടും, നക്സലിസവും, നക്സലിസത്തിന്റെ ഉജ്ജ്വല ഘട്ടത്തിനു ശേഷമുണ്ടായ ആശാഭംഗവും ഇന്നും വളരെ ഊർജ്ജസ്വലമായ ചർച്ചകൾ കൊണ്ടുവരുന്നുണ്ട്. അടിയന്തരാവസ്ഥ ആർക്കൊക്കെയാണ് ഭീതിജനകമായിരുന്നത് എന്ന കാര്യം തർക്കവിഷയമാണ്. എന്തുതന്നെയായാലും അടിയന്തരാവസ്ഥയുടെ കാലത്തിലൂടെ രാഷ്ട്രീയപ്രവർത്തകനായി കടന്നുപോയയാൾ എന്ന ഒരൊറ്റ പേരുകൊ

ണ്ടുതന്നെ ഒരു വ്യക്തിക്ക് കേരളത്തിൽ പെട്ടെന്ന് ഒരു മഹത്ത്വം കൈവരുന്നുണ്ട്. പൊലീസുകാർക്ക് ഒരിക്കലും മനസ്സിലാവാത്ത കവിതകൾ എഴുതുകയും, അവ വായിച്ച് പൊലീസുകാരും ഭരണകൂടമാകെത്തന്നെയും തന്നെ പിടികൂടുമെന്ന് വിചാരിച്ച് സ്വയം പീഡനമനുഭവിക്കുകയും ചെയ്തവരുണ്ട്. എന്തുകൊണ്ട് ഭ്രാന്തും ആത്മഹത്യയും അടിയന്തരാവസ്ഥയോടും നക്സലിസത്തോടും ചേർന്നു നിൽക്കുന്നു എന്നതുതന്നെ രസകരമാണ്.

കേരളം പൊതുവെ സസ്യങ്ങളും പലതരം ജന്തുക്കളും കായലുകളും പതിവുപോലെ വിശാലമായ അറബിക്കടലും എല്ലാം ഉള്ള ഒരു നാടാണല്ലോ. പച്ചക്കറിനിറച്ച പാണ്ടിലോറികൾക്കു കടന്നുവരാൻ സഹ്യപർവ്വതമൊന്നും ഒരു പ്രതിബന്ധമല്ല. കാരുണ്യം, ഭൂതദയ എന്നിവയുടെ കാര്യത്തിലൊന്നും കേരളീയർ പിന്നിലല്ല. അടിയന്തരാവസ്ഥക്കുമുമ്പും നിരവധി രക്തരൂക്ഷിതമായ സമരങ്ങൾ കേരളത്തിൽ നടന്നിട്ടുണ്ട്. കമ്മ്യൂണിസത്തിന് ഇലക്ഷനിലൂടെയും അധികാരത്തിൽ വരാൻ കഴിയുമെന്ന് തെളിയിച്ച നാടുമാണ്. ഇങ്ങനെയുള്ള ഒരു നാടിന് സവിശേഷമായ ഒരു മനസ്സുണ്ടോ എന്ന് ആലോചിക്കേണ്ടിവരും. പച്ചയുടെ വിവിധവിന്യാസങ്ങൾ നിറഞ്ഞ പ്രകൃതിയും നദികളും ഉത്സവങ്ങളും ജന്മിത്വത്തിനെതിരായ സമരങ്ങളും ജാതിക്കെതിരായ സമരങ്ങളും എല്ലാം ചേർന്ന് രൂപപ്പെടുത്തിയ ഒരു മനസ്സാണ് കേരളീയരുടേത്. പൊതുവെ ശുഭപ്രതീക്ഷയുള്ളവരായി ജീവിച്ചുവരുന്നവരാണ്. അടിയന്തരാവസ്ഥയൊന്നും കേരളത്തിലെ സാമാന്യജനങ്ങളെ വല്ലാതെ ഉലച്ചതിന് തെളിവില്ല. അടിയന്തരാവസ്ഥ കഴിഞ്ഞ് നടന്ന തിരഞ്ഞെടുപ്പിൽ കോൺഗ്രസ്സ് തന്നെയാണല്ലോ ജയിച്ചത്.

ലോകത്തിലെ എല്ലാ ജനതകളുടേയും മാനസികഭാവങ്ങളിൽ പല സാമാന്യതകളും ചില സവിശേഷതകളും ഉണ്ടായിരിക്കും. വൈകാരികാനുഭവങ്ങളിൽ അത്ഭുതകരമായ വ്യത്യാസങ്ങളുള്ള ജനതകൾ ലോകത്തുണ്ട്. വേദന സാർവ്വജനീനമായ ഒരു അനുഭവമാണല്ലോ. എന്നാൽ സാംസ്കാരികവ്യത്യാസം വേദനാനുഭവത്തെ സ്വാധീനിക്കുന്നുണ്ട്. പശ്ചിമാഫ്രിക്കയിലെ ബാരിബ(Bariba) വർഗ്ഗക്കാരുടെ വേദന സഹിക്കാനുള്ള ശേഷി അപാരമാണ്. ഏതു വേദനയും അവർ നിശ്ശബ്ദമായി സഹിക്കും. വേദനയുടെ ശരീരശാസ്ത്രം എവിടെയും ഒരുപോലെയായിരിക്കുമ്പോൾ എന്തുകൊണ്ട് വേദനാനുഭവം വ്യത്യസ്തമാവുന്നു എന്ന് മനശ്ശാസ്ത്രജ്ഞർ അന്വേഷിച്ചിട്ടുണ്ട്. ആചാരപരമായി കൊട്ടും താളവും തിമിർക്കുന്നതിനിടയിൽ കവിളിലൂടെ ശൂലമോട്ടുന്ന ചടങ്ങ് നമ്മുടെ നാട്ടിലും ഉണ്ടല്ലോ. ഈ സന്ദർഭത്തിൽ വേദന അറിയുകയില്ല. വെറുതെ കസേരയിലിരിക്കുന്ന ഒരാളുടെ കവിളിലൂടെ ശൂലമോട്ടിയാൽ വേദനയറിയുകയും ചെയ്യും. ശരീരത്തിലെ പെയിൻ സെൻസറുകൾ എല്ലായ്പ്പോഴും ഒരുപോലെയാണ് പ്രവർത്തിക്കുന്നതെങ്കിലും വേദനാനുഭവത്തിൽ മനസ്സ് ഇടപെടുമ്പോൾ അ

നുഭവം വ്യത്യസ്തമാവുന്നു.

ഇതുപോലെ ചില ചരിത്രഘട്ടങ്ങൾ വ്യക്തിക്കു നൽകുന്ന സാംസ്കാരികവും നൈതികവുമായ ജാഗ്രത ശരീരത്തിനു മുകളിൽ ആശയങ്ങൾക്ക് നിയന്ത്രണാധികാരം നൽകുന്നുണ്ട്. ലോകചരിത്രത്തിൽ മധ്യകാല ധീരോദാത്തത അഥവാ ഷിവൽറി ഇങ്ങനെയാണ്. സാഹസികത ചെയ്യലാണ് ജീവിതമെന്ന ആശയം ആത്മവത്കരിച്ച പ്രഭുക്കന്മാർ സാഹസികതക്കുള്ള അവസരമന്വേഷിച്ചു നടക്കുകയായിരുന്നു. മരണം അവർക്ക് ഹർഷോന്മാദമുണ്ടാക്കുന്ന ഒരനുഭവമായിരുന്നു.

എന്നാൽ എന്തുകൊണ്ട് ഒരേ ചരിത്രഘട്ടം വ്യത്യസ്ത രീതിയിൽ വ്യക്തികളിൽ പ്രതികരണമുണ്ടാക്കുന്നു എന്നതാണ് എല്ലാ ക്ലിനിക്കൽ ആത്മവിശ്വാസങ്ങളെയും അസ്തപ്രജ്ഞമാക്കുന്നത്. അടിയന്തരാവസ്ഥയും നക്സലിസത്തിന്റെ അപചയത്തെ തുടർന്നുണ്ടായ ആശാഭംഗവും ചില വ്യക്തികളിൽ മാത്രം ഭ്രാന്തിന്റെയും ആത്മഹത്യയുടെയും പ്രതികരണങ്ങൾ ഉണ്ടാക്കുന്നത് എന്തുകൊണ്ടാണെന്ന ചോദ്യം സാമാന്യത-സവിശേഷത എന്ന ദ്വന്ദ്വത്തെക്കുറിച്ചുള്ള ആലോചനയിലേക്കു നയിക്കുന്നു.

ലോകത്ത് ഇന്ന് നിലവിലുള്ള ഒരു ജ്ഞാനപദ്ധതിക്കും സവിശേഷതകളെ തൃപ്തികരമായി വിലയിരുത്താനായിട്ടില്ല. മനുഷ്യരുടെ പ്രതികരണങ്ങളിൽ സാമാന്യമായ പലതുമുണ്ട്. ഉദാഹരണത്തിന് ഭക്ഷണത്തിനു മുന്നിലിരിക്കുമ്പോൾ ഏതാണ്ടെല്ലാ ആളുകളുടെയും മുഖഭാവം ഏറക്കുറെ ഒരു പോലെയായിരിക്കും. ചില വാർത്തകൾ കേട്ടാൽ എല്ലാവരുടെയും ചുണ്ടുകളിൽ തെളിയുന്ന ഭാവം ഒരുപോലെയായിരിക്കും. സ്നേഹിതന്റെ അച്ഛന്റെ ഇളയച്ഛന്റെ മരുമകൻ മരിച്ചു എന്ന വാർത്ത ഒരാൾ കേട്ടാലുണ്ടാവുന്ന മുഖഭാവം ഉദാഹരണത്തിനെടുക്കാം. അപ്പോൾ ഇതൊരു സാമാന്യഭാവമാണ്. എന്നാൽ ആ വാർത്ത കേട്ടയുടൻ ഒരാൾ പെട്ടെന്ന് ബോധംകെട്ടു വീണു എന്നു കരുതുക, അപ്പോൾ അതൊരു സവിശേഷാനുഭവമാണ്. ഈ സവിശേഷാനുഭവത്തെ മനശ്ശാസ്ത്രത്തിന്റെയും ശരീരശാസ്ത്രത്തിന്റെയും സംസ്കാരത്തിന്റെയും മാനദണ്ഡങ്ങളുപയോഗിച്ച് വിവരിക്കാൻ കഴിയും. മനുഷ്യനാർജ്ജിച്ച സാംസ്കാരിക സമൃദ്ധികളെയും നൈതികോദ്വിഗ്നതകളെയും ഭൂതദയയേയുമെല്ലാം നിഷ്കളങ്കമായി ആദരിക്കുന്ന ഒരാൾക്ക്, ആ മനുഷ്യന്റെ അതിവിപുലമായ മനുഷ്യസ്നേഹമാണ് ആ വീഴ്ചക്കു കാരണമെന്നു പറയാം. എന്നാൽ നിഷ്കളങ്കത കളങ്കത്തിന്റെ മറ്റൊരു പേരാണ് എന്ന് നാം മനസ്സിലാക്കണം. സുഗന്ധം പൂശിയ കളങ്കമാണ് നിഷ്കളങ്കത.

ദുരനുഭവങ്ങളെക്കുറിച്ചുള്ള വാർത്തകൾ കേട്ടാലുടൻ അസ്വസ്ഥമാവുന്ന തരത്തിൽ മനസ്സിന് അഭ്യസനം (learning) ലഭിച്ച ഒരാളാണ് മുൻപറഞ്ഞ ആ മനുഷ്യനെന്ന് ഒരു മനശ്ശാസ്ത്രജ്ഞന് അധികം ആലോചിക്കാതെ തന്നെ മനസ്സിലാക്കാം. 'ടൈപ്-1' സ്വഭാവഘടനയിൽ

അയാളെ ഉൾപ്പെടുത്തുകയും ചെയ്യാം. അയാളുടെ ബോധക്കേട് മനസ്സിനെ രക്ഷിക്കാൻ ശരീരം കണ്ടുപിടിച്ച ഒരു പ്രതിരോധതന്ത്രമാണെന്നും പറയാം. തികച്ചും സാംസ്കാരികകാരണങ്ങൾ കൊണ്ട് സംഭവിക്കുന്നതെന്ന് വിവരിക്കപ്പെടുന്ന ആത്മഹത്യകളും മനശ്ശാസ്ത്ര വീക്ഷണത്തിലൂടെ നോക്കുമ്പോൾ അവയുടെ പല മഹത്ത്വങ്ങളും ശീർഷാസനം ചെയ്യാൻ തുടങ്ങും.

അടിയന്തരാവസ്ഥക്കാലത്ത് സംഭവിച്ച ഒരു പ്രധാനകാര്യം പൗരന്മാരുടെ ശരീരത്തിന്റെയും മനസ്സിന്റെയും ചലനസ്വാതന്ത്ര്യത്തിനു മുകളിൽ ചില നിയന്ത്രണങ്ങൾ വന്നുവെന്നതാണ്. എല്ലാ പൗരന്മാർക്കും ഇത് ബാധകമായിരുന്നില്ല. സ്വാതന്ത്ര്യം എന്ന വാക്കു തന്നെ ഒരു മനശ്ശാസ്ത്രജ്ഞന്റെ കൈയിൽ വ്യത്യസ്തമായ ഉപയോഗമുള്ള ഒന്നാണ്. സ്വാതന്ത്ര്യം, പാരതന്ത്ര്യം എന്നീ വാക്കുകൾ പരസ്പരം കൂട്ടിമുട്ടാത്ത ദ്വന്ദ്വങ്ങളായാണ് സാധാരണ വിവരിച്ചു വരുന്നത്. എന്നാൽ സ്വാതന്ത്ര്യം പാരതന്ത്ര്യത്തെയും പാരതന്ത്ര്യം സ്വാതന്ത്ര്യത്തെയും പരസ്പരം വിഴുങ്ങി നിൽക്കുന്നുണ്ട്. മനുഷ്യവാസവും മൃഗവാസവുമില്ലാത്ത ഒരു ദ്വീപിൽ ഒരാൾ അകപ്പെട്ടാൽ അയാൾക്ക് സ്വാതന്ത്ര്യം എന്ന അനുഭവം എങ്ങനെയായിരിക്കും..? അയാൾ സ്വാതന്ത്ര്യത്തിന്റെ ഇരയായിരിക്കും. മനുഷ്യസമൂഹത്തിൽ മാത്രം അനുഭവിക്കാൻ കഴിയുന്ന ഒന്നാണ് സ്വാതന്ത്ര്യം. ഏറക്കുറെ അത് അനേകം മിഥ്യകളുടെ ഒരു കൂട്ടുപ്രവർത്തനം മാത്രമാണ്.

മനുഷ്യന്റെ വലിയ ഒരു സവിശേഷത ഒരു വാക്കിനുവേണ്ടിത്തന്നെ പടപൊരുതാൻ കഴിയുമെന്നതാണ്. അടിയന്തരാവസ്ഥക്കാലത്ത് എഴുതപ്പെട്ട കവിതകളും മറ്റുസാഹിത്യരചനകളും ഇന്ന് വായിച്ചുനോക്കിയാൽ എന്താണ് അന്നു സംഭവിച്ചതെന്ന് ഒരു സാധാരണ വായനക്കാരന് മനസ്സിലാവില്ല. മഹാഭാരതത്തിലെ കഥാപാത്രങ്ങളും അമൂർത്തതയും മാത്രം അരങ്ങാളുന്ന ഒരു കാവ്യലോകമാണതെന്നാണ് തോന്നുക. ഒരനുഭവത്തെ വാക്കുകൊണ്ട് ധൂർത്തടിച്ചു കളയുകയെന്നതാണ് മലയാളത്തിലെ ഒരു രീതി. പനിക്കുന്ന അനുഭവം കവിതയിലൂടെ തരാതെ പനിയെക്കുറിച്ച് രൂപകങ്ങൾ നിർമ്മിച്ചു പോകുന്ന കവിതകൾ, കൂടക്കൂടെ ഏകാന്തത എന്ന് പറഞ്ഞതുകൊണ്ടുമാത്രം ഏകാന്തത അനുഭവപ്പെടും എന്ന് വിശ്വസിക്കുന്ന കഥകൾ -ഇതൊക്കെയാണ് ഉണ്ടായിട്ടുള്ളത്.

വായനയിലൂടെയും, ചുരുങ്ങിയ ചില ജീവിതാനുഭവങ്ങളിലൂടെയും ഭരണകൂടം ഒരു ഭീകരസ്ഥാപനമാണെന്നറിഞ്ഞ ഒരു കൂട്ടം മനുഷ്യരുടെ മാനസികവും ശാരീരികവുമായ യാതനകളുടെ കാലമായിരുന്നു അടിയന്തരാവസ്ഥ. എന്നാൽ പ്രസിദ്ധമായ രണ്ട് ആത്മഹത്യകൾ നടന്നത് അടിയന്തരാവസ്ഥക്കുശേഷം എൺപതുകളിലാണ്.

വിപ്ലവം എന്ന സങ്കല്പത്തെ ഗൃഹാതുരതയോടെ ഓർക്കുന്ന ഒരു തലമുറ ഇവിടെയുണ്ടായിരുന്നു. അവരിൽ ചിലരാണ് അടിയന്തരാവ

സ്ഥക്കെതിരെ മുന്നിട്ടിറങ്ങിയത്. എപ്പോഴും ഒരു ചാരപ്പോലീസുകാരൻ പിന്നിലുണ്ടെന്ന ബോധം തങ്ങളിൽ പലർക്കും ഉണ്ടായിരുന്നുവെന്ന്, അടിയന്തരാവസ്ഥയെ ശരീരത്തിൽ തന്നെ ഏറെ അനുഭവിച്ചിട്ടുള്ള ഭാസുരേന്ദ്രബാബു എഴുതിയിട്ടുണ്ട് (പച്ചക്കുതിര 2006 ജനുവരി). വിപ്ലവത്തെ ആത്മവത്ക്കരിച്ചവർക്ക് ഈ ബോധം സ്വത്വത്തിന് ഒരു കനം നൽകും. നാട്ടിൽ ഭരണകൂടവും പൊലീസുമെല്ലാം തന്നെ പിടികൂടാൻ കാത്തിരിക്കുന്നുണ്ട് എന്നു വിശ്വസിച്ച് മുപ്പതോളം വർഷങ്ങളായി ഗൾഫിൽ കഴിയുന്ന പഴയ നക്സലൈറ്റിനെക്കുറിച്ച് കേട്ടിട്ടുണ്ട്. ആ വിശ്വാസമാണ് അയാളെ ആനന്ദിപ്പിക്കുന്നുണ്ടാവുക.

ഭയം, വേദന, സുഖം, എന്നിവയാണ് മനുഷ്യന്റെ യഥാർഥ വികാരാനുഭവങ്ങൾ. ഈ വികാരങ്ങളുടെ പലതരത്തിലുള്ള നിറംമാറ്റങ്ങളാണ് മനുഷ്യ ജീവിതത്തിന്റെ കർമ്മപദ്ധതികൾ നിർണ്ണയിക്കുന്നത്. നക്സലൈറ്റ് കാലഘട്ടത്തിലെ യുവാക്കളുടെ മനസ്സ് രൂപീകരിച്ചതിൽ ഭയത്തിന് എത്രമാത്രം പങ്കുണ്ടെന്ന് ഭാസുരേന്ദ്ര ബാബുവിന്റെ ലേഖനത്തിൽ നിന്നു തന്നെ മനസ്സിലാക്കാം. ഗോപീദാസ് എന്ന ഒരു നക്സലൈറ്റ് അനുഭാവിയെ പൊലീസ് പിടിച്ചുകൊണ്ടുപോയി. ഗോപീദാസിനെ പൊലീസ് മർദ്ദിച്ചില്ല, പകരം അദ്ദേഹത്തിന്റെ മുന്നിൽ വച്ച് തടവുകാരായ കള്ളന്മാരെ അതിക്രൂരമായി മർദ്ദിച്ചു. ആ മർദ്ദനം കണ്ട ഗോപീദാസ് പിന്നീട് നിത്യചൈതന്യയതിയുടെ ആശ്രമത്തിൽ ചേർന്നു സന്യാസിയായി. ഭയം മാത്രമാണ് തന്റെ പ്രശ്നമെന്നാണ് ഗോപീദാസ് പറഞ്ഞത്. ശരീരത്തെ സംബന്ധിച്ച ഇത്തരം ഭയങ്ങളെ ആശയംകൊണ്ട് ജയിക്കാൻ ശ്രമിച്ച് പരാജയപ്പെട്ടവരാണ് പലരും. ആശയം നമ്മെ നയിക്കാനുള്ളപ്പോൾ ഭയം ഉണ്ടാവുകയില്ലെന്ന് പി.ടി. തോമസും എഴുതിയിട്ടുണ്ട്.

വിപ്ലവം ആസന്നമാണെന്ന വിശ്വാസമാണ് നക്സലൈറ്റ് പ്രവർത്തകരെ പീഡനങ്ങൾ സഹിക്കാൻ കരുത്തരാക്കിയിരുന്നത്. ആശയം അപ്പോൾ അവർക്ക് ശ്വാസോച്ഛ്വാസം പോലെ ഒരു ശാരീരികപ്രവർത്തനം തന്നെയായിരുന്നു.

സംഘടനാരൂപത്തിന്റെ തകർച്ചയും ആശയപരമായ വിശ്വാസരാഹിത്യവും ഭീതിയിലേക്കാണ് പ്രവർത്തകരെ എത്തിക്കുന്നത്. അടിയന്തരാവസ്ഥയോടെ ഭരണകൂടത്തിന്റെ ശക്തി അറിയുകയും ചെയ്തു. അടിയന്തരാവസ്ഥ വരെ ആളുകൾക്ക് സ്റ്റേറ്റ് ഒരു അമൂർത്താശയമായിരുന്നു. ശരീരം സ്റ്റേറ്റിന്റെ നിയന്ത്രണത്തിലാണെന്ന് അടിയന്തരാവസ്ഥ കാട്ടിക്കൊടുത്തു. എവിടെയും ഒരു ചാരപ്പോലീസുകാരൻ തന്നെ പിന്തുടരുന്നുണ്ടെന്ന ഭീതിയാണ് ഇത് പലർക്കും നൽകിയത്. പൊതുവെ താത്ത്വികമായ അടിത്തറയൊന്നുമില്ലാതെ വികാരാവേശത്തിന്റെ പുറത്ത് നക്സലിസത്തിലേക്കാകർഷിക്കപ്പെട്ടവരെയാണ് ഈ ഭീതി പിടികൂടിയത്. ഈ ഭീതി സ്കിസോഫ്രേനിയ.(Schizophrenia) രോഗിയുടെ ഭീതിയുമായി വളരെയധികം സാമ്യമുള്ളതാണ്. തനിക്കെതി

രെ ആരോ ഗൂഢാലോചന ചെയ്യുന്നുണ്ട്. ആരോ തന്നെ ബ്രെയിൻവാഷ് ചെയ്തിരിക്കുന്നു. തന്റെ ശരീരത്തിൽ ആരോ വിഷം കലർത്തിയിട്ടുണ്ട്; താൻ വിചാരിക്കുന്ന കാര്യങ്ങൾ തന്നെയാണ് ലോകത്ത് സംഭവിക്കുന്നത് എന്നിങ്ങനെയുള്ള ചിന്തകളാണ് സ്കിസോഫ്രേനിയ രോഗിയെ നയിക്കുക. ദീർഘകാലം ഭീതി അനുഭവിക്കുന്നവരിൽ, തലച്ചോറിലെ സെറോടോണിൻ, ഡോപാമിൻ എന്നീ ന്യൂറോട്രാൻസ്മിറ്ററുകളുടെ തുലനാവസ്ഥ തെറ്റി ഉന്മാദാവസ്ഥ പ്രത്യക്ഷപ്പെടുകയെന്നത് സംഭവ്യമാണ്.

തന്റെ ശരീരം കീഴടക്കപ്പെട്ട ശരീരമാണെന്ന ബോധം അടിയന്തരാവസ്ഥയിലൂടെ കടന്നുപോയ വിപ്ലവകാരിക്കുണ്ടായിരുന്നു. സുനിശ്ചിതത്വത്തിനുവേണ്ടിയുള്ള ആഗ്രഹമാണ് ഈ ബോധം ഉണ്ടാക്കിയത്. പീഡനക്യാമ്പിൽ നിന്നും ജയിൽമുറിയിലേക്കു മാറ്റിയപ്പോഴുണ്ടായ സുരക്ഷിതത്വബോധത്തെക്കുറിച്ച് ഭാസുരേന്ദ്രബാബു എഴുതിയിട്ടുണ്ട്. ക്യാമ്പിൽ എപ്പോഴും എന്തും സംഭവിക്കാം. അവിടെ മർദ്ദനത്തിനുവേണ്ടി ഒരുക്കിയ ഒരു മാംസപിണ്ഡം മാത്രമാണ് വ്യക്തി. ജയിലിൽ അയാൾക്ക് ഒരു നമ്പറും യൂണിഫോമും രജിസ്റ്ററിൽ പേരും ഉണ്ട്. അതുകൊണ്ട്, താൻ ഉണ്ട് എന്ന ബോധം നൽകുന്ന ഒരു സുനിശ്ചിതത്വം (Certainty) ഉണ്ട്.

യുദ്ധം എപ്പോഴും ഭയം സൃഷ്ടിക്കാറുണ്ടല്ലോ. എന്നാൽ വിജയിക്കുന്ന യുദ്ധങ്ങളിൽ പടയാളികൾ പൊതുവെ ഭയവിമുക്തരായിരിക്കും. പരാജയം ഉറപ്പായ യുദ്ധങ്ങളിൽ ധീരരായ പടയാളികളും ഭയത്തിലായിരിക്കും. ഇത് മനുഷ്യമനസ്സിന്റെ ഒരു പ്രത്യേകതയാണ്. ഈ ഭയത്തെ മറികടക്കാൻ ശക്തമായ ഒരാശയം കൂട്ടിനുണ്ടായിരിക്കണം. ഇത്തരം ഒരു ആശയത്തിന്റെ അസാന്നിദ്ധ്യമാണ് നക്സലൈറ്റുകളിലെ ചില വ്യക്തികളുടെ മാനസികത്തകർച്ച ഉറപ്പാക്കിയത്.

യെനാൻ എന്ന മാസികയുടെ പേരിൽ അടിയന്തരാവസ്ഥക്കാലത്ത് ഭീതി അനുഭവിക്കേണ്ടി വന്നതിനെക്കുറിച്ച് സിവിക് ചന്ദ്രൻ പറയുന്നുണ്ട്. (മനോരമ വാർഷികപ്പതിപ്പ്-2005) നക്സലൈറ്റുകളുടെ രണ്ടാം തലമുറ പുസ്തകങ്ങൾ വായിച്ച് സൈദ്ധാന്തികമായി നക്സലിസത്തിലേക്കെത്തുകയായിരുന്നു. ഇവർക്ക് വിപ്ലവം ഒരു ഗൃഹാതുരത്വമായത് വായനയിലൂടെയാണ്. ഈ തലമുറയിൽപെട്ട ഗോവിന്ദൻ എന്ന ഒരാളെക്കുറിച്ച് സിവിക് ചന്ദ്രൻ പറയുന്നുണ്ട്. നഗ്നപാദനായി ഇന്ത്യ മുഴുവൻ വിപ്ലവമന്വേഷിച്ചു നടന്ന ഗോവിന്ദൻ ഒടുവിൽ ചിന്മയാനന്ദന്റെ ശിഷ്യനായി. ഇപ്പോൾ അദ്ദേഹം ഒരു സന്യാസിയാണ്. വിപ്ലവത്തിൽ നിന്നും സന്യാസത്തിലേക്കുള്ള വഴി തികച്ചും സ്വാഭാവികമാണ്. അവനവന്റെ ആത്മസുഖത്തിനു വേണ്ടിയാണ് അദ്ദേഹം വിപ്ലവമന്വേഷിച്ചു നടന്നത്. അതിന് ഏറ്റവും നല്ല മാർഗ്ഗം സന്യാസമാണ്.

അടിയന്തരാവസ്ഥക്കു തൊട്ടുമുമ്പും പിമ്പും വരുന്ന തലമുറയാണ് നക്സലൈറ്റുകളുടെ മൂന്നാംതലമുറ. ഇവരിൽ പലരും മാർക്സിസ്റ്റ്

രാഷ്ട്രീയ പശ്ചാത്തലം പോലും ഉള്ളവരായിരുന്നില്ല. കാഫ്ക, കമ്യു, ഷെനെ, കാക്കനാടൻ, ഒ.വി. വിജയൻ, പട്ടത്തുവിള തുടങ്ങിയവരുടെ പുസ്തകങ്ങൾ വായിച്ച് ആവേശം കയറിയവരായിരുന്നു. അടിയന്തരാവസ്ഥക്കു ശേഷം ജനകീയ സാംസ്കാരിക വേദിയിൽ നിന്നും ബുദ്ധിജീവികൾ കൊഴിഞ്ഞുപോകാൻ തുടങ്ങിയതോടെ ഈ ചെറുപ്പക്കാർ നിരാശരാവാൻ തുടങ്ങി. ഈ നിരാശയാണ് സുബ്രഹ്മണ്യദാസിന്റെ ആത്മഹത്യക്കുകാരണമായി പറയാവുന്നത്. തന്റെ മരണം താൻ സർഗ്ഗാത്മകമാക്കുകയാണെന്നും മലയാളികൾ ഒരു തോറ്റ ജനതയാണെന്നും എഴുതിവെച്ചതിനുശേഷമാണ് ദാസ് ആത്മഹത്യചെയ്തത്. 1982 ജൂലൈ 14 ന്.

നക്സലിസത്തിന്റെ രാഷ്ട്രീയമായ തകർച്ചക്കുശേഷമുണ്ടായ ശൂന്യതയെ ആത്മപരിഹാസം കൊണ്ടും ഫലിതം കൊണ്ടും നേരിടുകയാണ് ബുദ്ധിജീവികളായ പല പ്രവർത്തകരും ചെയ്തത്. ഏതിനെയും വിമർശിക്കുക എന്ന ശീലത്തിലേക്കും ചിലർ വന്നു. ഇത് പിടിച്ചുനിൽപ്പിന്റെ ഒരു പ്രതിരോധതന്ത്രമായിരുന്നു. ഈ തന്ത്രം വശമില്ലാത്തവരാണ് പെട്ടെന്ന് നിരാശയിലേക്കു വീണത്.

ഈ നിരാശ പൊതുവായ നിരാശയുടെ ലക്ഷണം തന്നെയാണ് കാണിക്കുക. പരീക്ഷയിൽ തോറ്റാലുണ്ടാകുന്ന നിരാശയുടെ തീവ്രത രാഷ്ട്രീയ ലക്ഷ്യത്തിലുണ്ടായ പരാജയംമൂലം ഉണ്ടാകുന്ന നിരാശക്കുണ്ടാകുമോ എന്ന തീർത്തും അവിശ്വാസം പുരണ്ട ഒരു ചോദ്യം വരാം. ശരീരത്തിന് എല്ലാ നിരാശയും ഒരുപോലെയാണ്. സിമ്പതറ്റിക് നാഡികളുടെ പ്രവർത്തനത്തിലൂടെ നിരാശയുടെ രസതന്ത്രം ശരീരത്തിൽ രൂപീകരിക്കപ്പെടുന്നു. ലോക ദുഃഖം വ്യക്തിദുഃഖം പോലെ ഒരുവനെ നിരാശപ്പെടുത്തുന്നുവെങ്കിൽ അത് ഉയർന്ന സംസ്കാരത്തിന്റെ ലക്ഷണമാണ്. രാഷ്ട്രീയത്തെ വളരെ വൈയക്തികമായി സ്വീകരിച്ചവരിൽ ഇതു സംഭവിക്കാം. ഫുട്ബോൾ, ക്രിക്കറ്റ് എന്നീ കളികളിൽ പ്രിയപ്പെട്ട ടീം പരാജയപ്പെടുക, ഇഷ്ടനടന്റെ മരണം, ഇലക്ഷനിലെ തോൽവി എന്നിവയെല്ലാം ചിലരുടെ ആത്മഹത്യക്കു കാരണമാവാറുണ്ട്. ഒരാളുടെ വിശ്വാസവും ചിന്താരീതിയും എങ്ങനെ എന്നതിനെ ആശ്രയിച്ചിരിക്കും ഇതെല്ലാം.

പ്രസിദ്ധ മനഃശാസ്ത്രജ്ഞനായ ആൽബർട്ട് എല്ലിസിന്റെ 'റാഷണൽ ഇമോട്ടീവ് തെറാപ്പി(Rational Emotive Therapy) യിൽ ചിന്തകളെ നിയന്ത്രിച്ചുകൊണ്ട് എങ്ങനെ വികാരങ്ങളെ നിയന്ത്രിക്കാം എന്നതിന് ഒരു മാതൃകയുണ്ട്. സംഭവമല്ല, ഉള്ളിൽ ഉറച്ച വിശ്വാസവും ചിന്തയുമാണ് ഒരാളെ വികാരാവേഗത്തിലേക്കു കൊണ്ടുപോകുന്നത് എന്ന് എല്ലിസ് പറയുന്നു. എല്ലിസിന്റെ A,B,C പെരുമാറ്റമാതൃകയനുസരിച്ച്, A, സംഘർഷത്തിനു കാരണമാകുന്ന സംഭവ (Actuating event)വും, B, ഒരാളുടെ വിശ്വാസവും, ധാരണകളും, ചിന്താരീതിയും , C, വൈകാരിക പ്രത്യാഘാതവുമാണ്. എല്ലിസിന്റെ അഭിപ്രായമനുസരിച്ച്, ഒരു

മനുഷ്യന്റെ വൈകാരിക പ്രത്യാഘാതങ്ങൾ സംഭവിക്കുന്നത്. അല്ലെങ്കിൽ 'C' സംഭവിക്കുന്നത്, 'A' യെ അഥവാ സംഭവങ്ങളെ ആശ്രയിച്ചല്ല, മറിച്ച് ആ മനുഷ്യന്റെ ചിന്താരീതികളെയും വിശ്വാസപ്രമാണങ്ങളെയും അഥവാ 'B' യെ ആശ്രയിച്ചാണ്.

ഒരു രാഷ്ട്രീയപ്രസ്ഥാനത്തിന്റെ തകർച്ച ഒരാളെ ആത്മഹത്യയിലേക്കോ ഭ്രാന്തിലേക്കോ കൊണ്ടു പോകുന്നുണ്ടെങ്കിൽ അയാളുടെ വ്യക്തി ജിവിതത്തിലെ ഏതൊരു നിരാശയും അയാളെ ഇത്തരം അവസ്ഥകളിലേക്ക് നയിക്കുമെന്നുറപ്പാണ്. അടിയന്തരാവസ്ഥക്കാലത്ത് വളരെയധികം പീഡനങ്ങൾ സഹിച്ചവരിൽ ഇന്നു ജീവിച്ചിരിക്കുന്ന കെ. വേണു, എബ്രഹാം ബെൻഹർ, സിവിക് ചന്ദ്രൻ, പി.ടി. തോമസ്, ജോയ്, ഭാസുരേന്ദ്രബാബു (ലിസ്റ്റ് അപൂർണ്ണം) തുടങ്ങിയവരെല്ലാം വായനയിലൂടെയും മറ്റും ലോകത്തിന്റെ തൽസ്വരൂപം തിരിച്ചറിഞ്ഞിട്ടുള്ളവരാണ്. ഏതെങ്കിലുമൊന്നിൽ മാത്രം സർവ്വ പ്രതീക്ഷയുമർപ്പിക്കുന്ന സ്വഭാവഘടനയല്ല ഇവരുടേത്. ഇത് ആത്മഹത്യക്കും ഉന്മാദത്തിനും മറ്റും കാരണമാകുന്ന ടൈപ്പ്-1 സ്വഭാവഘടനയുടെ മറുപുറമാണ്.

കവിയും കേരളവർമ്മ കോളേജ് വിദ്യാർത്ഥിയുമായിരുന്ന സനൽദാസ് ആത്മഹത്യ ചെയ്തത് 1981 മാർച്ച് 31 നാണ്. അതിനുമുമ്പ് ദാസ് എഴുത്തുകാരനായ കെ.എൻ. ഷാജിക്കെഴുതിയ കത്തിൽ ഇങ്ങനെ കാണുന്നു: 'തീരുമാനങ്ങളില്ലാത്ത പകലുകൾ, ഉറക്കം നഷ്ടപ്പെടുന്ന രാത്രികൾ'. കത്തിൽ തന്റെ പിറന്നാളാണെന്നും പിറന്നാളിലുള്ള വിശ്വാസം കൊണ്ടല്ല ഇങ്ങനെ എഴുതുന്നതെന്നും കാണുന്നു. (പുസ്തകം- ആത്മഹത്യ: ജീവിതം കൊണ്ട് മുറിവേറ്റവന്റെ വാക്ക്) ജന്മദിനങ്ങളെല്ലാം ശപിക്കപ്പെട്ടതാണെന്ന ഒരു വിശ്വാസം അക്കാലത്തെ സാഹിത്യത്തിൽ നിന്നും മറ്റും ദാസ് ഉണ്ടാക്കിയെടുത്തിട്ടുണ്ട്. എന്നാൽ തന്നെക്കുറിച്ചും തന്റെ ലളിതമായ അസ്തിത്വത്തെക്കുറിച്ചും ചില പ്രതീക്ഷകളുമുണ്ട്. ഇത്തരം ചില സംഘർഷങ്ങൾ ദാസ് അനുഭവിച്ചിരുന്നു എന്നതിന് ആ കത്തിൽ തന്നെ തെളിവുണ്ട്.

ആത്മഹത്യക്കുമുമ്പ് കെ.എൻ. ഷാജിക്ക് സനൽദാസ് എഴുതിയ കത്തിന്റെ അവസാനം ഇങ്ങനെയാണ്: ' ഇനി നിന്റെ സ്വപ്നങ്ങളിലും, ഉറക്കം വരാത്തരാവുകളിലും, ദുരന്തങ്ങളിലും, ദുഃഖങ്ങളിലും, അദൃശ്യനായ ഒരതിഥി കണക്കെ ഞാനുണ്ടാകും.'

ആത്മഹത്യ ചെയ്യുന്നതിന്റെ അടുത്ത ദിവസങ്ങളിലൊന്നിൽ സനൽദാസ് തന്റെ സുഹൃത്ത് വി.ആർ. ജയരാജിനോട് പറഞ്ഞ വാക്കുകൾ പ്രധാനമാണ്. അതുവരെ കുടുംബത്തെക്കുറിച്ച് ഒന്നും പറയാത്ത ദാസ് അച്ഛൻ അടുത്ത് വരുന്നുണ്ട് എന്നു പറഞ്ഞു. വീടിനെക്കുറിച്ചും സംസാരിച്ചു. 'കാലങ്ങൾ കൂടി ഇന്നലെ ദിവസം മുഴുവൻ ഞാൻ വീട്ടിൽ ചെലവഴിച്ചു. ഉമ്മറത്തുതന്നെ ഇരുപ്പായിരുന്നു. ഒരു പഴയ ഈസിച്ചെയർ മുറ്റത്തു വലിച്ചിട്ടിട്ടുണ്ട്. അതിന്റെ നട്ടും ബോൾട്ടുമൊക്കെ ഊരി. നടുവൊടിഞ്ഞു' എന്നൊക്കെ പറഞ്ഞു. ആ ഈസി

ച്ചെയറിനെ നോക്കിയിരുന്നപ്പോൾ അതൊരു ജന്മമാണെന്ന് തനിക്കു തോന്നിയെന്നും, ഒന്നും ഒരിക്കലും മരിക്കുന്നില്ല, ഓരോ പുതിയ രൂപത്തിൽ പുനർജനിക്കുകമാത്രമാണ് ചെയ്യുന്നത് എന്നും ദാസ് പറഞ്ഞു. ഈ വാക്കും, ഷാജിയോടുപറഞ്ഞ 'അദൃശ്യനായ ഒരതിഥികണക്കെ ഞാനുണ്ടാകും' എന്ന വാക്കും കൂട്ടിവായിക്കാവുന്നതാണ്. ഇത് പുനർജന്മവിശ്വാസമൊന്നുമല്ല. മറിച്ച് തന്നോടു തന്നെ തോന്നുന്ന അഗാധമായ ആത്മാനുതാപത്തിൽ നിന്നുണ്ടായ വാക്കുകളാണ്. ആത്മഹത്യചെയ്ത പലരുടേയും കത്തുകളുടെ ക്ലിനിക്കൽ പഠനങ്ങളിൽ ഇത്തരം വാക്കുകൾ ആവർത്തിച്ചു കാണാറുള്ളതായി പറയുന്നുണ്ട്. (Suicide and Innervoice- Robert W. Firestone കാണുക)

പ്രപഞ്ചത്തിൽ ആകമാനം ദാസ് ദർശിക്കുന്നത് ശരികേടുകൾ മാത്രമാണെന്ന് തനിക്ക് തോന്നിയെന്നും ജയരാജ് എഴുതുന്നുണ്ട്. (പുസ്തകം: ആത്മഹത്യ: ജീവിതംകൊണ്ട് മുറിവേറ്റവന്റെ വാക്ക്)

ശരികേടുകളെക്കുറിച്ചുള്ള ഈ ബോധം അക്കാലത്തെ സാഹിത്യരചനകളിൽ നിന്നും കിട്ടിയ ഒരു അഭ്യസന(learning)മാണെന്നും പറയാം. സുന്ദരമായ ഏതിലും വഞ്ചനയുടെ നിഴൽ കാണുക, കലാസൃഷ്ടികളിൽ അസുന്ദരത നിറയ്ക്കുക, എന്നാൽ സ്ത്രീ സൗന്ദര്യത്തെ വല്ലാതെ കാംക്ഷിക്കുക- എന്നിങ്ങനെയുള്ള ഒരു മനോഭാവം തീവ്രവാദരാഷ്ട്രീയം വളർത്തിയെടുത്തിട്ടുണ്ടായിരുന്നു.

കാലവും ചരിത്രവും തനിച്ച് ഒരാളെയും ഭ്രാന്തനോ ആത്മഹത്യ ചെയ്യുന്നവനോ ആക്കുന്നില്ല. കാലത്തെ നാം എങ്ങനെ സ്വീകരിക്കുന്നു എന്നത് പ്രധാനമാണ്. ശരീരശാസ്ത്രം, ന്യൂറോളജി, മനഃശാസ്ത്രം, ചരിത്രം, പ്രകൃതിശാസ്ത്രങ്ങൾ, സാമൂഹിക ശാസ്ത്രങ്ങൾ എന്നിവയുടെ പരസ്പരാശ്രിതമായ പഠനത്തിലൂടെ മനുഷ്യന്റെ പ്രതികരണങ്ങളുടെ സത്യമറിയാനുള്ള ഒരു രീതി ഇനിയും ഇവിടെ വികസിച്ചുവന്നിട്ടില്ല. മാർക്സ് പറയുന്ന വർഗ്ഗരഹിതമായ സമൂഹത്തിൽ സ്വാർത്ഥത എങ്ങനെ ഉണ്ടായി എന്ന ചോദ്യത്തിന് മാർക്സിസം മാത്രം പഠിച്ചതുകൊണ്ട് ഉത്തരം കിട്ടില്ല. ഒപ്പം, പാലിയോ ആന്ത്രപ്പോളജിയും, പാലിയോ ന്യൂറോളജിയും, പാലിയോ സൈക്കോളജിയും പഠിക്കണം.

കൊല്ലപ്പെടുമെന്ന് ഉറപ്പായിട്ടും ജയിൽ മുറിയിലിരുന്ന് പുസ്തകം വായിക്കുകയായിരുന്നു ഭഗത് സിംഗ്. മരണമടുത്തപ്പോഴും അദ്ദേഹം പാനിക് ആയില്ല. മണിക്കൂറിനെ മാത്രകളായി വിഭജിച്ച് ചുരുങ്ങിയ സമയത്തിനുള്ളിൽ ഒരു പുരുഷായുസ്സിനെ മുഴുവൻ അനുഭവിച്ചുതീർക്കാൻ അദ്ദേഹത്തിനു കഴിഞ്ഞിരുന്നു. എന്നാൽ, നൂറുപേരെയൊക്കെ തലക്കടിച്ചുകൊന്നിട്ടുള്ള പല റിപ്പർമാരും പേടിച്ച് നിലവിളിച്ച് തൂക്കുമരത്തിലേക്കോ മറ്റോ നടക്കുകയാണ് ചെയ്തിട്ടുള്ളത്. അത്തരക്കാരുടെ മരണഭീതിയായിരിക്കും അവരെക്കൊണ്ട് കൊലപാതകം ചെയ്യിപ്പിച്ചിരിക്കുക.

'ആത്മഹത്യയെക്കുറിച്ചുള്ള ചിന്ത ശക്തിമത്തായ ഒരാശ്വാസമാണ്.

ഭയജനകമായ പല രാത്രികളിലൂടെയും കടന്നുപോകാൻ അത് ഒരുവനെ സഹായിക്കുന്നു' എന്നാണ് നീഷെ പറയുന്നത്. മരണോത്ക്കണ്ഠ (death anxiety) ആത്മഹത്യക്കുകാരണമാകുമെന്ന് റോബർട്ട് ഫയർസ്റ്റോണും പറയുന്നുണ്ട്. അടിയന്തരാവസ്ഥ സൃഷ്ടിച്ച പ്രധാനപ്പെട്ട ഒരു വികാരം ഭീതിയായിരുന്നല്ലോ. ഇത്തരം വിശകലനങ്ങൾ, നാം മഹത്തരം എന്നു വിളിക്കുന്ന പല അനുഭവങ്ങളുടെയും അടുക്കള കാണിച്ചുതരും. അതത്ര നല്ല കാഴ്ചയല്ല.

ചുവപ്പിന്റെ ദശകം ഭ്രാന്തൻമാരെ സൃഷ്ടിച്ചു എന്ന ഒരാരോപണം തന്നെയുണ്ട്. ഈ ദശകം യുവാക്കൾക്ക് കൊടുത്ത രണ്ട് സമ്മാനങ്ങൾ ഭ്രാന്തും ആത്മഹത്യയുമാണെന്ന് എത്ര കഥകളിലും ചർച്ചകളിലും പറഞ്ഞു കഴിഞ്ഞിരിക്കുന്നു. മനുഷ്യൻ കൂടുതൽ സംസ്കാരമാർജ്ജിക്കുമ്പോൾ അവൻ കൂടുതൽ കൂടുതൽ ആത്മപീഡകൻ (Masochist) ആയിത്തീരുമെന്ന് സിഗ്മണ്ട് ഫ്രോയ്ഡ് പറയുന്നുണ്ട്. അസമത്വപൂർണ്ണമായ ഒരു സമൂഹത്തിൽ ആരും ആത്മഹത്യ ചെയ്യാതെ ജീവിക്കുമ്പോൾ ആ സമൂഹത്തിന് എന്തോ സംഭവിച്ചിട്ടുണ്ടെന്നുവേണം കരുതാൻ. ഭ്രാന്തിന്റെ കാര്യവും ഇങ്ങനെ തന്നെയാണ്. ഭ്രാന്തും ആത്മഹത്യയും പരസ്പരം ചേരാത്ത രണ്ട് ദ്വന്ദ്വങ്ങളല്ല. ഒരു പ്രതിസന്ധിയെ നേരിടുന്ന അവസരത്തിൽ, മരിക്കാൻ ഭയമുള്ളവർ ഭ്രാന്തിനെ അബോധപൂർവ്വമായി ആഗ്രഹിക്കുന്നുണ്ട്. അത് മനസ്സിന്റെ ഒരു രക്ഷാമാർഗ്ഗമാണ്. ജീവിച്ചിരുന്നുകൊണ്ടുള്ള മരണമാണ് ഭ്രാന്ത് എന്നു പറയാം. സമൂഹത്തിന്റെ വിവിധ അധികാരഘടനകൾക്കെതിരെയുള്ള വ്യക്തിയുടെ കലഹം ചിലപ്പോൾ ഭ്രാന്തിന്റെ രൂപത്തിൽ വെളിപ്പെടാം. ഭ്രാന്ത് വിപ്ലവകരമായ സ്വാതന്ത്ര്യമാണെന്ന് ബർജസൊക്കെ പറയുന്നത് ഇതു കൊണ്ടാണ്. ഈ സ്വാതന്ത്ര്യം തീർത്തും സൃഷ്ടിപരമല്ലെന്നു വേണം കരുതാൻ. താൻ അനുഭവിക്കുന്ന സ്വാതന്ത്ര്യത്തെക്കുറിച്ച് ഭ്രാന്തന് അറിയാൻ കഴിയാതെ വരുമ്പോഴാണ് അയാൾ തികച്ചും ഭ്രാന്തനാവുന്നത്. ജീവിതത്തിന്റെ പ്രതികൂലഘട്ടത്തിൽ ഭ്രാന്താവാൻ തക്ക മനോനിലയുള്ളവരാകാം ചുവന്ന ദശകത്തോടുബന്ധപ്പെട്ട ഭ്രാന്തന്മാർ. ഭ്രാന്തന്മാരുടെ ന്യൂറോ കെമിസ്ട്രി എല്ലായിടത്തും ഏതാണ്ട് ഒരു പോലെയാണ്. ബ്ലേഡുകമ്പനി പൊളിഞ്ഞതാലോചിച്ച് ഭ്രാന്തനാവുന്നതിന്റെയും സമൂഹം നേരെയാവാത്തതിൽ മനംനൊന്ത് ഭ്രാന്തനാവുന്നവന്റേയും ന്യൂറോ കെമിസ്ട്രി വ്യവച്ഛേദിച്ചറിയാൻ തക്ക ഒരു ക്ലിനിക്കൽ പരിശോധനയും ഇന്ന് നിലവിലില്ല. അധികം മുന്നേറാതെ സ്തംഭിച്ചുനിൽക്കുന്ന ഒരു വൈദ്യശാസ്ത്രശാഖയായി സൈക്യാട്രി മാറിയിരിക്കുന്നത് ഇതുകൊണ്ടാണ്. ഭ്രാന്തിനെക്കുറിച്ച് കേരളത്തിലെ ബുദ്ധിജീവികളും മനോരോഗ ചികിത്സകരും രണ്ടു തട്ടുകളിൽനിന്നുകൊണ്ട് ചർച്ചകൾ നടത്തുന്നതു കണ്ടിട്ടുണ്ട്. ഭ്രാന്ത് ഭ്രാന്താശുപത്രികളുടെ സൃഷ്ടിയാണെന്നാണ് ഒരഭിപ്രായം. തലച്ചോറിലെ ന്യൂറോട്രാൻസ്മിറ്ററുകളുടെ തുലനം തെറ്റുന്നതു മൂലമുണ്ടാവുന്നതാണ് ഭ്രാന്ത്.

ആവശ്യമായ മരുന്നുകൾ കഴിച്ച് അത് മാറ്റിയെടുക്കാം എന്നതാണ് മനോരോഗചികിത്സകരുടെ അഭിപ്രായം. മനോരോഗചികിത്സകരും മനശ്ശാസ്ത്രജ്ഞരും തമ്മിലും തർക്കം നിലനിൽക്കുന്നുണ്ട്.

മനോരോഗത്തെക്കുറിച്ചുള്ള സങ്കല്പത്തിൽ തന്നെ ഇപ്പോൾ മാറ്റം വരുന്നുണ്ട്. എല്ലാ സമൂഹങ്ങൾക്കും, ലോകത്തിലെ എല്ലാ ജനതകൾക്കും ഒരുപോലെ ബാധകമായ ഉന്മാദലക്ഷണങ്ങളുണ്ടോ...? ചില ആദിവാസി സമൂഹങ്ങളിലെ സ്വഭാവികമായ ജീവിതചര്യ നമുക്ക് ഉന്മാദലക്ഷണമായി തോന്നിക്കൂടെന്നില്ല. അതുകൊണ്ട് നോർമൽ, അബ്നോർമൽ എന്നീ വാക്കുകൾ ഇന്ന് വളരെ സൂക്ഷിച്ചേ ഉപയോഗിക്കാറുള്ളൂ. മനോവിഭ്രാന്തി (hallucination) എന്നതിനുപകരം ശബ്ദശ്രവണം (Hearing Voices) എന്നാണ് ഇപ്പോൾ പറയുന്നത്. മനോരോഗങ്ങളെക്കുറിച്ചുള്ള തരംതിരിവ് വർഷംതോറും മാറിവരുന്നുണ്ട്. മുമ്പ് മനോരോഗങ്ങളായി കണക്കാക്കിയിരുന്ന പലരോഗങ്ങളും ഇപ്പോൾ ലിസ്റ്റിൽ നിന്നും പൊയ്ക്കഴിഞ്ഞിട്ടുണ്ട്.

പല കാലങ്ങളായി സമൂഹം നിർമ്മിച്ചുവെച്ചിട്ടുള്ള വിവിധതരം പെരുമാറ്റ നിർമ്മിതികളോട് വിയോജിച്ച് കാട്ടുന്നവരെ മുൻപിൻ നോക്കാതെ ഭ്രാന്തൻമാരെന്നു വിളിക്കുന്നത് ശരിയല്ല. ചുവന്ന ദശകത്തിലെ പല ഭ്രാന്തന്മാരും സ്വന്തം ചിന്തയുടെ പ്രത്യേകതകൾകൊണ്ട് ഉന്മാദലക്ഷണം പ്രകടിപ്പിച്ചിരുന്നവരായിരുന്നുവെന്നുവേണം മനസ്സിലാക്കാൻ. ചെറിയ ഒരാത്മീയ പരിഹാരം വേണ്ടിടത്ത് ഹാലോപെരിഡോളും, ലിത്തിയവും, ഷോക്കും മറ്റും ഉപയോഗിച്ചുള്ള ചികിത്സയാണ് മുന്നേറിയത്. വാക്കുകൾകൊണ്ട് സൃഷ്ടിച്ചുവെച്ച ഒരു യാഥാർത്ഥ്യത്തിന്റെ പ്രശ്നമായിരുന്നു പല ചെറുപ്പക്കാർക്കും ഉണ്ടായിരുന്നത്. അവർക്ക് എല്ലാം വചനകേന്ദ്രീകൃതമായിരുന്നു. കഷ്ടപ്പെടുന്ന ദരിദ്രജനങ്ങളുടെ ദുരിതജീവിതം പരിഹരിക്കാനാവശ്യമായ ഒരു പ്രവൃത്തിയും ചെയ്യാതെ തന്നെ തങ്ങൾ മനുഷ്യവർഗ്ഗത്തിനുവേണ്ടി കഠിനമായി അദ്ധ്വാനിക്കുന്നവരാണെന്ന വിശ്വാസം സ്വയം കൊണ്ടു നടക്കാൻ അവർക്കു കഴിഞ്ഞിരുന്നു.'മോചനം' ആയിരുന്നു അവരുടെ ഏറ്റവും ചുരുങ്ങിയ ആവശ്യം. എന്നാൽ എന്തിൽനിന്നുള്ള മോചനം എന്ന കാര്യത്തിൽ അവർക്ക് ഉറച്ച തീരുമാനമൊന്നുമുണ്ടായിരുന്നില്ല. ഇങ്ങനെയായാൽ കണ്ണിൽ കാണുന്നതിനോടെല്ലാം അതൃപ്തി തോന്നുക സ്വാഭാവികമാണ്. അറവുകാരനോടും അറവുമാടിനോടും ഒരുപോലെ വിയോജിപ്പു തോന്നുന്ന ഈ മാനസികാവസ്ഥ എന്തിനെയും അവിശ്വസിക്കുന്ന ഒരു മനസ്സിനെയാണ് രൂപപ്പെടുത്തുക. ഇത് പിന്നീട് പാരനോയിക് ലക്ഷണങ്ങൾ പ്രകടിപ്പിക്കുന്ന രോഗാവസ്ഥയിലേക്കു നയിക്കുകയും ചെയ്യും. വെറും ശരീരശാസ്ത്രത്തിന്റെ മാത്രം ഉള്ളടക്കത്തിൽ കൈകാര്യം ചെയ്യേണ്ട ഒന്നല്ല ഭ്രാന്ത്. അതുപോലെതന്നെ മനശ്ശാസ്ത്രത്തിന്റേയോ സംസ്കാരപഠനത്തിന്റേയോ ഉള്ളടക്കത്തിൽ മാത്രവും വിധി കൽപിക്കാനാവില്ല. എന്തുകൊണ്ട് ഒരു സാമൂഹികാഘാതം വ്യ

ക്തിയുടെ തലച്ചോറിലെ ജൈവരസതന്ത്രത്തിന്റെ തുലനാവസ്ഥ തെറ്റിക്കുന്നു എന്നതിന് തൃപ്തികരമായ മറുപടിയൊന്നുമില്ല. ചില രോഗങ്ങൾ ചിലർക്ക് മരുന്നുകൊണ്ട് സുഖപ്പെടുമ്പോൾ അതേ രോഗങ്ങൾ തന്നെ മറ്റു ചിലർക്ക് മന്ത്രവാദത്തിലൂടെയും ധ്യാനത്തിലൂടെയും സുഖപ്പെടുന്നുണ്ട്.

ചുവന്ന ദശകത്തിലെ ചെറുപ്പക്കാർ വാക്കിൽ അമിതമായി വിശ്വാസമർപ്പിച്ചിരുന്നുവെന്നുറപ്പാണ്. പലരും നടത്തിയിരുന്ന പ്രധാന പ്രവർത്തനം ചെറുമാസികകൾ പ്രസിദ്ധീകരിക്കുകയെന്നതായിരുന്നു. ശാസ്ത്രത്തെ അവിശ്വസിക്കുക, ബുദ്ധിപരമായതൊക്കെ കൗശലത്തിന്റെ വകഭേദങ്ങളാണെന്നു ധരിക്കുക എന്നിവയും ഒരു മനോഭാവമായി ഉണ്ടായിരുന്നു. അടിയന്തരാവസ്ഥക്കാലത്ത് എഴുതപ്പെട്ട എല്ലാ സാഹിത്യവും കേരളത്തിലെ സാമാന്യജനങ്ങൾ ഉറക്കമൊഴിച്ചിരുന്ന് വായിച്ചാലും അവരിൽനിന്ന് വിപ്ലവമൊന്നും സംഭവിക്കില്ല എന്ന് അക്കാലത്ത് അറിയാതിരുന്നത് ഈ ചെറുപ്പക്കാർക്കും പൊലീസുകാർക്കും മാത്രമായിരുന്നു. എന്നാൽ ഒരു വാക്കിൽ നിന്നുള്ള വീഴ്ചയുടെ ആഘാതം പോലും പല ചെറുപ്പക്കാർക്കും മരണതുല്യമായിരുന്നു.

രക്തം നാക്കിൽ പതയ്ക്കുന്ന ആവേശത്തോടുകൂടി ഒരാൾ മുദ്രാവാക്യം വിളിക്കുമ്പോൾ ആരും അത് ശ്രദ്ധിക്കാതെ, ഉണക്കമീനും, കൊള്ളിക്കിഴങ്ങും, മണ്ണെണ്ണയും വാങ്ങി പ്രത്യേകമായി ഒന്നും സംഭവിക്കാത്തതുപോലെ, നടന്നുപോകുന്നത് കാണാൻ ഒരു വിപ്ലവകാരിയും ഇഷ്ടപ്പെടുകയില്ല. കാരണം അയാൾ ലക്ഷ്യമാക്കിയിരിക്കുന്നത് ആ പോകുന്നവരുടെ ജീവിതം സ്വർഗ്ഗമാക്കുകയെന്നതാണ് ചുവന്നദശകത്തിൽ, എന്നാൽ അത് സംഭവിച്ചിരുന്നു.

മറ്റൊരു മനുഷ്യന്റെ ജീവിതത്തോട് തികഞ്ഞ ഉത്തരവാദിത്തമുണ്ടായിരിക്കണമെന്ന് ചിലരെയെങ്കിലും പഠിപ്പിച്ചത് ചുവന്നദശകമാണ്. അതൊക്കെ ഒഴിവാക്കിയാൽ കേരള ചരിത്രത്തിൽ പിന്നെ കാര്യമായി എന്തൊക്കെയാണുള്ളത്? യൂദാസിന്റെ ആത്മഹത്യയാണ് ഒറ്റുകൊടുക്കുന്നവനെ ഒന്നു സംശയിക്കാൻ പഠിപ്പിച്ചത്. അത് വലിയ ഒരു കാര്യമാണ്.

•

വിദ്യാർത്ഥിയും അദ്ധ്യാപകനും

വിദ്യാർത്ഥികളുടെ ഒരു പ്രത്യേകത അവർ അദ്ധ്യാപകരെ സൃഷ്ടിക്കുന്നുവെന്നതാണ്. അദ്ധ്യാപകർ വിദ്യാർത്ഥികളെ സൃഷ്ടിക്കാറില്ല. നല്ല അദ്ധ്യാപകരാകട്ടെ ജിവിതകാലം മുഴുവൻ ഒരു വിദ്യാർത്ഥിയായിരിക്കാൻ ആഗ്രഹിക്കുകയും ചെയ്യുന്നു. ഒരു വർഗ്ഗമെന്ന നിലയിൽ വിദ്യാർത്ഥിക്ക് അദ്ധ്യാപകനെ ആവശ്യമില്ല. പലതരത്തിലും പഠിക്കാം. ഒറ്റക്കിരുന്ന് വായിച്ചുപഠിക്കാം. ഗുരുവിൽ നിന്നും പഠിക്കുന്നതല്ല പലതും. എന്നാൽ താൻ പഠിക്കുന്നതെന്തും ഒരു ഗുരുവിൽ നിന്നാണെന്നു വിചാരിക്കാം. കള്ളനിൽ നിന്നും, ഭ്രാന്തനിൽ നിന്നും, പലതരം സർക്കാരുദ്യോഗസ്ഥന്മാരിൽ നിന്നും, വേണ്ടി വന്നാൽ മന്ത്രിമാരിൽ നിന്നും വരെ പലതും പഠിക്കാൻ കഴിയും. ഏകാന്തതയെക്കുറിച്ചുള്ള ചില ധ്യാനങ്ങൾ തടവുപുള്ളികളിൽ നിന്നും, വിരലിൽ തന്നെ ലയിച്ചുകിടക്കുന്ന ഏകാഗ്രത ഒരു സ്വർണ്ണപ്പണിക്കാരനിൽ നിന്നും, തനിക്ക് ജീവിക്കാനാവശ്യമായ മാലിന്യങ്ങളെ എങ്ങനെയൊക്കെ സ്വീകാര്യമാക്കാം എന്നതിനെക്കുറിച്ച് ഒരമ്മയിൽ നിന്നും, തോട്ടിയിൽ നിന്നും പഠിക്കാം. ഒന്നിനുമല്ലാതെയുള്ള അദ്ധ്വാനമാണ് ദാർശനികന്റെ പ്രവർത്തനമെന്നു പഠിക്കാൻ കഴിയുക നാറാണത്തു ഭ്രാന്തനിൽ നിന്നാണ്. അന്യർക്കുവേണ്ടി രുചികരമായ ഭക്ഷണം ഉണ്ടാക്കാൻ കഴിയുമെന്ന് നമ്മളെ പഠിപ്പിക്കുക ദേഹണ്ഡക്കാരാണ്, ജീവിക്കാൻ ആവശ്യമായി വന്നാൽ വായുവിൽ കെട്ടിയ ഒരു ചരടിലൂടെത്തന്നെ നടക്കാൻ കഴിയുമെന്ന് സർക്കസിലെ ഒരു കൊച്ചുപെൺകുട്ടിക്കു തന്നെ നിങ്ങളെ പഠിപ്പിക്കാൻ കഴിയും. വിദ്യാർത്ഥിയുടെ ജന്മപരമ്പരകൾ ഇങ്ങനെ നീളുകയാണ്.

ഈ പ്രകൃതിക്ക് മനുഷ്യനെ ആവശ്യമില്ലാത്തതുപോലെ വിദ്യാർത്ഥിക്ക് അദ്ധ്യാപകനെയും ആവശ്യമില്ല എന്ന് ആലങ്കാരികമായി

പറയാം. ആലങ്കാരികമായി പറയുന്ന ഏതിനും, എന്നാൽ, ചില മറു പുറങ്ങളുമുണ്ടായിരിക്കും. വിദ്യാഭ്യാസ പ്രക്രിയ തുടർന്നുപോകാൻ അദ്ധ്യാപകനും വിദ്യാർത്ഥിയും ആവശ്യമുണ്ട് എന്നതാണ് ഒരു മറു പുറം. വിദ്യാർത്ഥിയുടെ വിപരീതമായാണ് ആളുകൾ അദ്ധ്യാപകനെ മനസ്സിലുറപ്പിച്ചിട്ടുള്ളത്. മനുഷ്യന്റെ ഒരു പ്രത്യേകത അനുഭവങ്ങളെ മൂർത്തമാക്കാൻ പലപ്പോഴും വിപരീതങ്ങൾ ആവശ്യമുണ്ട് എന്നതാണ്. വിപരീതങ്ങൾക്ക് അതുകൊണ്ടുതന്നെ സ്വന്തമായ ഒരു ധർമ്മവും ഒരു പ്രവൃത്തിപഥവും ഉണ്ടായിരിക്കും. 'ഞാൻ പോകുന്നു' എന്ന അനുഭ വം തനിക്കുതന്നെയുണ്ടാവാൻ ഒരാൾക്ക് 'ആരൊക്കെയോ എവിടെ നിന്നൊക്കെയോ വരുന്നുണ്ട്' എന്ന അറിവിന്റെ ഒരു നിഴൽ ഉള്ളിലു ണ്ടാവണം. അങ്ങനെ 'പോവുക' എന്നതിന്റെ വിപരീതമായി 'വരുക' എന്നതു സംഭവിക്കുന്നു. എന്നാൽ പോകുന്ന എല്ലാവരും മറ്റൊരു തര ത്തിൽ 'വരുക' തന്നെയാണ് എന്ന് മനസ്സിലാക്കുമ്പോൾ അത് ജീവി തത്തെക്കുറിച്ചുള്ള ഒരു ജ്ഞാനമായിത്തീരുന്നു. 'ജ്ഞാനം' എന്ന് ഇവിടെ പറഞ്ഞല്ലോ, വിദ്യാർത്ഥിയേയും വിദ്യാഭ്യാസത്തെയും കുറി ച്ചുള്ള ചിന്തയിൽ 'ജ്ഞാനം' ഒരു ചർച്ചാവിഷയമായിത്തന്നെ കടന്നു വരേണ്ടതുണ്ട്. വിവരം (Information) നേടലാണോ, ജ്ഞാനം (Knowl-edge) നേടലാണോ വിദ്യാഭ്യാസത്തിന്റെ ലക്ഷ്യം എന്ന ഒരു ചർച്ച കാലങ്ങളായി നിലനിൽക്കുന്നുണ്ട്.

മറ്റൊരു തരത്തിൽ പറഞ്ഞാൽ, നാം അറിവുനേടാനാണോ വിദ്യാ ലയങ്ങളിലേക്കു പോകുന്നത് എന്ന ഒരു പതിവുചോദ്യം തന്നെയാ ണിത്. അറിവുനേടാനാണ് പോകുന്നതെങ്കിൽ ആർക്കുവേണ്ടി, എന്തി നുവേണ്ടിയുള്ള അറിവാണ് നേടുന്നത് എന്ന ഒരു ചോദ്യവും കടന്നുവരുന്നുണ്ട്. എല്ലാ കാലത്തേക്കുമായുള്ള ചില അറിവുകളുണ്ടോ? അറിവുകളെല്ലാം ആവശ്യമുള്ളതാണോ? അറിവുകൾക്ക് നമ്മെ എന്തു ചെയ്യാൻ കഴിയും? നേടിയ അറിവുകൾ ഒരു കൈവശവസ്തു അഥവാ സ്വത്ത് (Possession) ആണോ? അറിവും അധികാരവും തമ്മിൽ ബന്ധമുണ്ടോ എന്നിങ്ങനെയൊക്കെ ചോദ്യങ്ങളുണ്ട്. ഇവിടെയെല്ലാം ഒരു കാര്യം ശ്രദ്ധിച്ചോ 'അറിവ് നേടുക' 'അറിവ് പകർന്ന് കൊടുക്കുക' എന്നൊക്കെയാണ് ഭാഷാശൈലി. അറിവ് പകർന്നു കൊടുക്കാവുന്ന ഒരു ദ്രാവകമോ, നേടാവുന്ന ഒരു വസ്തുവോ ഒക്കെയാണെന്നാണ് ഭാഷാപ്രയോഗങ്ങളിലൂടെ വരുന്നത്. ഇത് മനുഷ്യന്റെ ആശയാ വിഷ്കാരത്തിന്റെ ഒരു പരാധീനതയാണ്. അമൂർത്തതയെക്കുറിച്ചു പറ യാനും നമുക്ക് മൂർത്തമായവ ആവശ്യമാണ്. വസ്തുബോധമാണ് മനുഷ്യനിൽ പ്രാഥമികമായിട്ടുള്ളത്. ഉൺമയേയും ഇല്ലായ്മയേയും അനുഭവിക്കാൻ നമുക്ക് വസ്തുക്കൾ ആവശ്യമാണ്. അങ്ങനെ, അറി വിനെ ഒരു വസ്തുവായി കാണുമ്പോൾ വിദ്യാഭ്യാസം എന്നത് അന ശ്വരമായ ഒരു വാങ്ങൽ ആയിത്തീരുന്നു. സ്കൂളിലേക്ക് അറിവു വാ ങ്ങാൻ പോകുന്നു എന്ന ഒരു നില സംഭവിക്കുന്നു. അറിവ് ഒരു

പ്രക്രിയയാണ് എന്ന് സ്വയം ബോദ്ധ്യപ്പെടുകയെന്നതാണ് ഇതിനുള്ള ഒരു പോംവഴി.

എല്ലാ കാലത്തേക്കുമായി നേടാവുന്ന അറിവുകൾ ഒന്നും തന്നെയില്ല എന്നതാണ് വാസ്തവം. പ്രാചീനയുഗത്തിൽ ഏറ്റവും വലിയ അറിവ് ഒരു മൃഗത്തെ സമർത്ഥമായി വേട്ടയാടിപ്പിടിക്കാനുള്ള അറിവായിരുന്നു. മൃഗം ഓടുന്ന ഒരു ജീവിയായതുകൊണ്ടാണ് വേട്ടയ്ക്ക് സവിശേഷമായ ചില അറിവുകൾ ആവശ്യമായി വന്നത്. ഓടുന്ന എന്തും സാമാന്യമായ ചില നിയമങ്ങളെ തെറ്റിക്കുന്നുണ്ട്. ചലിക്കുന്ന വസ്തുവിന് സ്ഥലകാലങ്ങളെ ലംഘിക്കാൻ കഴിയുന്നുണ്ട്. ഓടുന്ന മൃഗത്തെ കുന്തമെറിഞ്ഞു പിടിക്കാൻ മൃഗത്തിന്റെ ഓട്ടത്തെയും കുന്തത്തിന്റെ പാച്ചിലിനെയും കുന്തമെറിയുന്നവന്റെ കൈക്കരുത്തിനെയും കുറിച്ചുള്ള അറിവ് ആവശ്യമുണ്ട്. എന്നാൽ മൃഗം വിശ്രമിക്കുകയാണെങ്കിൽ സമർത്ഥനായ ഒരു വേട്ടക്കാരന്റെ ആവശ്യമില്ല. സാധാരണ മഹാരാജാക്കന്മാരെപ്പോലെ വനത്തിൽ കെട്ടിയിട്ട മൃഗത്തെ വേട്ടയാടുന്നവർതന്നെ മതിയാകും. ചരിത്രത്തിന്റെ കാര്യവും ഇങ്ങനെത്തന്നെയാണ്. മനുഷ്യലോകം പുതിയ ആവശ്യങ്ങളെ ഉണ്ടാക്കുകയും അവയെ തൃപ്തിപ്പെടുത്തുകയും ചെയ്തുകൊണ്ട് സദാ ചലിച്ചുകൊണ്ടിരിക്കുന്നതുകൊണ്ടാണ് പല പഠനശാഖകളും ഉണ്ടായത്. എല്ലാ ഗോളങ്ങളും സദാ ചലിച്ചുകൊണ്ടിരിക്കുന്നതുകൊണ്ടാണ് ജ്യോതിശാസ്ത്രം വളരെ സങ്കീർണ്ണമായ ഒരു പഠനശാഖയായത്. ടോളമിയൻ പ്രപഞ്ചം അസങ്കീർണ്ണവും വളരെയധികം സുരക്ഷിതവുമാകുന്നത് ചലനത്തിനു പകരം, ഒട്ടൊക്കെ, നിശ്ചലതയെ ആദർശമാക്കിവെച്ചതുകൊണ്ടാണ്. ഓടുന്ന ഒന്നിനെ പിന്തുടരുകയെന്നത് ആഹ്ലാദകരമാണെങ്കിലും അതിന്റെ ഓട്ടത്തിന് അവസാനമില്ലെന്നു മനസ്സിലാവുമ്പോൾ പിന്നാലെ ഓടുന്നയാൾ പെട്ടെന്ന് ക്ഷീണിതനാവാൻ തുടങ്ങും.ക്ഷീണത്തിന് അങ്ങനെ ചില പ്രത്യേകതകളുണ്ട്. പ്രവൃത്തി നിഷ്ഫലമാണെന്ന് അറിയുമ്പോൾ പ്രവൃത്തിയുടെ ക്ലേശം പെട്ടെന്ന് അധികരിക്കും.

പുരാതന ഗ്രീസിലെ നഗരരാഷ്ട്രങ്ങളിലൊന്നായ സ്പാർട്ടയിലെ വിദ്യാഭ്യാസം ജനിച്ചയുടനെ ഒരു ആൺകുഞ്ഞിനെ മരിക്കാൻ പ്രാപ്തനാക്കുകയെന്നതായിരുന്നു. ഇതൊരുപക്ഷേ ലോകത്തിലെല്ലായിടത്തും മറ്റൊരു തരത്തിൽ സംഭവിക്കുന്നുണ്ട്. ലോകത്തെവിടെയുമുള്ള പടയാളികളെ പഠിപ്പിക്കുന്നത് മാതൃഭൂമിയുടെ സുരക്ഷിതത്വത്തിനു മുന്നിൽ ഒരു വ്യക്തിയുടെ മരണം ഒന്നുമല്ലെന്നാണ്. തന്നെക്കാൾ വലിയ ഒന്നിന്റെ ആവശ്യത്തിനുവേണ്ടി, അല്ലെങ്കിൽ, തന്നെക്കാൾ ബൃഹത്തായ ഒന്നിനുവേണ്ടി ജീവത്യാഗം ചെയ്യാൻ ആളുകളെ പഠിപ്പിക്കുകയാണ് സൈനികവിദ്യാഭ്യാസത്തിന്റെ ഒരു ലക്ഷ്യം. സ്പാർട്ടയിലും അങ്ങനെയായിരുന്നു. പ്രഭു കുടുംബത്തിൽ ജനിച്ച ആൺകുട്ടിയെ ജനിച്ചയുടനെ ഒരു മലമുകളിൽ കൊണ്ടുപോയി കിടത്തും. കാറ്റിനോടും മഴയോടും ഇടിമിന്നലുകളോടും വന്യമൃഗങ്ങളോടും പടപൊരുതി ജീവൻ നില

നിർത്തിയാൽ മാത്രമേ ആ കുഞ്ഞിനെ ജീവിക്കാൻ അനുവദിക്കുകയുള്ളുവെന്നാണ് സങ്കല്പം. ജീവിച്ചാൽ തന്നെ അവനെ കാത്തിരിക്കുന്നത് കടുത്ത പരീക്ഷണങ്ങളാണ്. പീഡനങ്ങൾക്കായി മാത്രം പുലരുന്നതാണ് അവന്റെ ദിനങ്ങൾ. വർഷത്തിലൊരിക്കൽ, ശരീരം പൊട്ടി ചോരയൊലിക്കുന്നതുവരെ അവൻ നിശ്ശബ്ദനായി അടി കൊള്ളണം. വളരെ ചെറുപ്പത്തിൽ തന്നെ യുദ്ധം ചെയ്ത് മരിക്കുകയും വേണം. ജീവിതം കൊണ്ട് അവന് പരമാവധി ചെയ്യാവുന്നത് മരിക്കുകയെന്നതുമാത്രമാണ്. ഇത്തരം ഒരു വിദ്യാഭ്യാസത്തിന് മഹാനായ അലക്സാണ്ടർ ചക്രവർത്തിയും വിധേയനായിട്ടുണ്ട്. അതിനുശേഷമാണ് അദ്ദേഹം അരിസ്റ്റോട്ടിലിന്റെ ശിഷ്യനായത്. അരിസ്റ്റോട്ടിലിനെക്കൊണ്ട് അലക്സാണ്ടർക്ക് ഗുണമൊന്നുമുണ്ടായില്ലെങ്കിലും അരിസ്റ്റോട്ടിലിന് അലക്സാണ്ടറെക്കൊണ്ട് ഗുണമുണ്ടായി. താൻ പടയോട്ടം നടത്തിയ രാജ്യങ്ങളിൽ നിന്നെല്ലാം പല തരം പുരാവസ്തുക്കളും ഫോസിലുകളും സസ്യജന്തുമാതൃകകളും ശേഖരിച്ച് അലക്സാണ്ടർ ഗുരുവിന് നൽകിക്കൊണ്ടിരുന്നു.

ശാരീരികമായ മരണത്തിന്റെ കാര്യമാണ് സ്പാർട്ടയെക്കുറിച്ച് പറഞ്ഞപ്പോൾ ഇവിടെ സൂചിപ്പിച്ചത്. വിദ്യാർത്ഥിയുടെ മാനസികമായ പലതരം മരണങ്ങൾ വിദ്യാഭ്യാസപ്രക്രിയക്കിടയിൽ ഉടനീളമുണ്ട്. അത് ആരും അറിയാത്ത മരണങ്ങളാണെന്നു മാത്രം. ഇങ്ങനെ ഓരോ മനുഷ്യനുള്ളിലും നിശ്ശബ്ദമായ കുറേ മരണങ്ങൾ നടക്കുന്നുണ്ട്. അത്തരം മരണങ്ങളെല്ലാം ചേർന്നതാണ് ജീവിതം എന്നു പറയുന്നത്.

ഗുരു എന്നത് പലപ്പോഴും ഒരു ഉറപ്പ് അഥവാ നിശ്ചിതത്വം(Certainty) ആണ്. ഏതിനും ഒരു ഉറപ്പ് മനുഷ്യൻ ആഗ്രഹിക്കുന്നുണ്ട്. തന്റെ അറിവിന്റെ ഉറപ്പ് ഗുരുവിൽ നിന്നാണ് ഒരാൾ പ്രതീക്ഷിക്കുന്നത്. ഏതിനും ഒരുറപ്പുണ്ടാവുകയെന്നത് പ്രധാനമാണ്. ഗുരുകുലവിദ്യാഭ്യാസത്തിന്റെ കാലത്ത് തനിക്ക് പഠിപ്പിക്കാനറിയുന്നതിന്റെ മുക്കാൽ പങ്കും പഠിപ്പിച്ചതിനുശേഷം ഗുരു ശിഷ്യനെ അനുഗ്രഹിച്ചുവിടുന്നത്, ശിഷ്യനെ പറഞ്ഞതു തന്നെ പറഞ്ഞ് കൂടുതൽ മടുപ്പിക്കേണ്ടെന്നു കരുതിയാണ്. എന്നാൽ ശിഷ്യന് അത് വളരെ പ്രധാനമാണ്. ഗുരു തനിക്ക് എല്ലാം പകർന്നു തന്നു കഴിഞ്ഞുവെന്ന സംതൃപ്തിയോടെ ശിഷ്യന് യാത്ര പുറപ്പെടാം. സംതൃപ്തി നല്ല ഒരു ഗുണമാണല്ലോ. അസംതൃപ്തരുടെ ഒരു സംഘത്തിൽപെടുകയെന്നാൽ തന്നെ അനിശ്ചിതത്വത്തിന്റെ ഭരണത്തിനു വിട്ടുകൊടുക്കുകയെന്നാണർത്ഥം. മനുഷ്യൻ ഏറെ ഭയക്കുന്നത് അനിശ്ചിതത്വത്തെയാണ്. ഏതിനും ഒരുറപ്പ് മനുഷ്യമനസ്സ് പ്രതീക്ഷിക്കുന്നുണ്ട്. നാളെ മരിക്കും എന്നുറപ്പുള്ളയാൾ ഒരു മരണം മാത്രമെ മരിക്കുകയുള്ളൂ. മരണ ദിവസം ഉറപ്പില്ലാത്ത മാരകരോഗി പല മരണങ്ങൾ മരിച്ചുകൊണ്ടിരിക്കും. എന്നാൽ അല്പമൊന്നു ശ്രമിച്ചാൽ അനിശ്ചിതത്വത്തെ ആനന്ദമാക്കി മാറ്റാനും കഴിയും.

ഗുരുവിന്റെ ജീവനുള്ള ശരീരത്തിനു പകരം ഒരു കല്ലിനെ ഗുരുവാ

ക്കി വച്ചും ആയോധനവിദ്യ പഠിക്കാം എന്നതിന് നമ്മുടെ ഇതിഹാസ കാവ്യത്തിൽ തന്നെ തെളിവുണ്ട്. ഗുരു നേരിട്ടു പഠിപ്പിച്ച ശിഷ്യരെ ഏകലവ്യൻ ജയിക്കുന്നുണ്ടല്ലോ. ഗുരു എന്നാൽ പ്രാഥമികമായി തന്റെ അറിവിനു ലഭിക്കുന്ന ഉറപ്പാണ് എന്നു പറഞ്ഞത് ഇതുകൊണ്ടാണ്. തന്നെ ഒരാൾ നിരീക്ഷിക്കുന്നുണ്ട് എന്ന ഒരനുഭവം ചിലപ്പോൾ മനുഷ്യന് ആവശ്യമായി വരും. തനിക്കുവേണ്ടി ആരോ നിലകൊള്ളുന്നുണ്ട് എന്ന ഒരനുഭവം മനുഷ്യൻ ആഗ്രഹിക്കുന്നുണ്ട്. ചില ചരിത്രഘട്ടങ്ങളിൽ ഇത്തരം ഒരനുഭവം തീവ്രമായിത്തീരും. അപ്പോഴാണ് എല്ലാവർക്കും വേണ്ടി ഒരു ഏകാധിപതി രംഗത്തുവരുക. ഗുരുമുഖത്തുനിന്നു പഠിക്കുകയെന്നതാണ് ശരിയായ പഠനം എന്ന ഒരഭ്യസനം (Learning) വ്യക്തിയുടെയുള്ളിൽ കിടപ്പുണ്ട്. എന്നാൽ, ഗുരുമുഖത്തു നിന്നു പഠിക്കാവുന്ന എന്തും അങ്ങനെയല്ലാതെയും പഠിക്കാം എന്നതാണ് വാസ്തവം.

എന്നാൽ ഗുരു എന്നതും സ്കൂൾ എന്നതും വ്യക്തിയുടെ ആത്മവിശ്വാസത്തെ രൂപികരിക്കുന്നതിൽ പ്രധാനമായി വരുന്നുണ്ട്. ലോകത്തിലെ പ്രധാനപ്പെട്ട ചില വിദ്യാപീഠങ്ങളിൽ പഠിച്ച് ഒരു വിഡ്ഢിയായി പുറത്തുവന്നാൽ പോലും അയാൾക്ക് ഒരു പ്രത്യേക ജനസമ്മതി ലഭിക്കുന്നുണ്ട്. എന്തു പഠിച്ചു എന്നതുപോലെത്തന്നെ എവിടെ പഠിച്ചു എന്നതും വ്യാവഹാരിക ലോകത്ത് പ്രധാനമാണ്.

ആലോചിച്ചുനോക്കിയാൽ നമ്മുടെ ഗൃഹാതുരതയുടെ ഭൂരിഭാഗവും സ്കൂളുകളുമായി ബന്ധപ്പെട്ടാണ് നിലനിൽക്കുന്നത് എന്ന് കാണാൻ കഴിയും. സദാ കോപിഷ്ഠനായ അദ്ധ്യാപകന്റെ മുഖം പോലും കുറെക്കാലം കഴിഞ്ഞ് ഓർക്കുമ്പോൾ ഓർക്കുന്നയാളെ ആഹ്ലാദിപ്പിക്കുകയാണ് ചെയ്യുക. വിദ്യാർത്ഥികളുടെ ഒരു തലമുറയെ മുഴുവൻ പലതവണ നടുക്കിയിരുന്ന പതിനാലിന്റെയും ഏഴിന്റെയും പെരുക്കപ്പട്ടിക ചൊല്ലാനാവാതെ ബെഞ്ചിൽ കയറി നിന്നതു പോലും പിൽക്കാലത്ത് ഓർക്കുന്നയാളെ പ്രത്യേകമായി ആനന്ദിപ്പിക്കും. ഏഴാം ക്ലാസ്സിൽ വെച്ച് അടി കിട്ടിയതിനെക്കുറിച്ചോർത്ത് പിൽക്കാലത്ത് ആർക്കും വേദനിക്കാറില്ല. ഓർക്കുന്നയാൾ ആഹ്ലാദിക്കുകയാണ് ചെയ്യുക. അത് ഓർമ്മകളുടെ ഒരു പ്രത്യേകതയാണ്. ഓർമ്മകൾക്ക് ആളുകളെ ദുഃഖിപ്പിക്കാൻ കഴിയും എന്നാൽ അത് സുഖകരമായ ദുഃഖമായിരിക്കും. നാം പഴയ കാര്യങ്ങൾ ഓർക്കുന്നത് ഓർത്ത് ദുഃഖിക്കാനല്ല, ദുഃഖിച്ച് ആനന്ദിക്കാനാണ്. ആനന്ദത്തിന് വർത്തമാനകാലം മാത്രമേയുള്ളൂ. തടവറയിൽ കടുത്ത അസ്വാതന്ത്ര്യത്തിൽ ജീവിച്ച കാലത്തെക്കുറിച്ച് ഓർത്തു പോലും മനുഷ്യന് ആനന്ദിക്കാൻ കഴിയും. അടുത്ത ദിവസം ഒരു തടവറയിൽ കിടക്കേണ്ട ആവശ്യമില്ലാതിരുന്നാൽ മാത്രം മതി. കഴിഞ്ഞതെല്ലാം സുരക്ഷിതമാണ്. ഭൂതകാലം സുരക്ഷിതമാണ്. അതിൽ നിന്നും ആവശ്യമുള്ളതു മാത്രം എടുക്കാം. അതുകൊണ്ടാണ് സ്കൂളിൽ പഠിച്ച കാലം പിൽക്കാലത്ത് ആനന്ദം മാത്രം തരുന്നത്.

നിലനിൽക്കുന്ന രാഷ്ട്രീയവും അധികാരവ്യവസ്ഥയും ഭരണകൂടവുമെല്ലാം ഏതു കാലത്തും വിദ്യാഭ്യാസത്തെ നിയന്ത്രിച്ചുകൊണ്ടിരുന്നിട്ടുണ്ട്. കാരണം, ഇളം പ്രായത്തിലുള്ള കുട്ടികളുടെ മനസ്സിനെ രൂപപ്പെടുത്തുന്നതിൽ വിദ്യാഭ്യാസത്തിന് പ്രത്യേക പങ്കുള്ളതുകൊണ്ട് ഒരു കുട്ടി എന്തു പഠിക്കണമെന്നത് പ്രധാനമാണ്. വ്യക്തിയുടെ മനസ്സിലേക്കുള്ള ഒരെളുപ്പവഴി ഏതൊരു ഭരണകൂടവും ആഗ്രഹിക്കുന്നുണ്ട്. ഒരു മനുഷ്യന്റെ ഏകാന്തതയെ ശബ്ദായമാനമാക്കാനാണ് ഏതൊരു ഭരണകൂടവും ശ്രമിക്കുക. ഭരണകൂടം വ്യക്തിക്കു നൽകുന്ന ഏകാന്തത ശബ്ദസങ്കുലമായിരിക്കും. തന്നിൽതന്നെ ലയിച്ചുകിടക്കുന്ന ഒരു മനുഷ്യൻ എന്തു ചെയ്യുമെന്ന് ഭരണാധികാരികൾക്ക് തീരുമാനിക്കാനാവില്ല. അതുകൊണ്ടാണ് ഏകാധിപത്യത്തിന്റെ ചില ചരിത്രഘട്ടങ്ങളിൽ കേവല സൗന്ദര്യാസ്വാദകരും ഏകാകികളും യോഗികളും സൂഫികളും എല്ലാം ഭരണകൂടത്തിന്റെ ശത്രുക്കളായി കണക്കാക്കപ്പെട്ടത്.

പ്രജകളുടെ മനസ്സും ചിന്തകളും തങ്ങൾക്കു പ്രാപ്യമായിരിക്കാൻ ഭരണാധികാരികൾ ആഗ്രഹിക്കുന്നുണ്ട്. ഇത് കരുതിക്കൂട്ടിയുള്ള ആഗ്രഹമൊന്നുമല്ല. പലതരം അഭ്യസനങ്ങളിലൂടെ വന്നുചേർന്ന ആഗ്രഹമാണ്. അതുകൊണ്ട് റോഡുകൾ നിർമ്മിച്ച് നാടിന്റെ എല്ലാ ഉള്ളറകളിലേക്കും രഹസ്യങ്ങളിലേക്കും അധികാരം ദീർഘിപ്പിക്കുന്നതുപോലെ മനുഷ്യമനസ്സിലേക്കും ഭരണകൂടം അതിന്റെ പാതകൾ പണിതുകൊണ്ടിരിക്കും. വിദ്യാഭ്യാസം അത്തരം പാതകളിലൊന്നാണ്.

പൗരന്മാരെക്കുറിച്ച് മുൻകൂട്ടി പ്രവചിക്കാൻ കഴിയണമെന്നതാണ് ഭരണകൂടത്തിന്റെ ആഗ്രഹം. ബ്രിട്ടീഷുകാർ ഇന്ത്യ ഭരിക്കുന്ന കാലത്ത് ഇംഗ്ലീഷ് വിദ്യാഭ്യാസം തുടങ്ങിവച്ചതും അനേകം വിദ്യാലയങ്ങൾ സ്ഥാപിച്ചതുമെല്ലാം ഇപ്രകാരം തങ്ങൾക്കു മുൻകൂട്ടി പ്രവചിക്കാൻ കഴിയുന്ന ഒരു പൗരസമൂഹത്തെ രൂപപ്പെടുത്തുവാൻ വേണ്ടിയായിരുന്നു. ഭാരതത്തിന് അനേകം ഒളിയിടങ്ങൾ ഉണ്ടെന്ന് ബ്രിട്ടീഷുകാർ എങ്ങനെയോ വിശ്വസിച്ചിരുന്നു. ഭാരതത്തിന്റെ മെരുങ്ങാത്ത ഇരുണ്ട പ്രതിഭ കാനനങ്ങളിൽ രഹസ്യജീവിതം നയിക്കുന്നുണ്ടോ, കുടിലുകളിലാണോ ഉന്നതസൗധങ്ങളിലാണോ അവർ ജീവിച്ചുവരുന്നത് എന്നൊന്നും അവർക്ക് അറിയുമായിരുന്നില്ല. അതുകൊണ്ട് സമൂഹത്തിൽ അറിവിന്റെയും ജ്ഞാനത്തിന്റെയും കാര്യത്തിൽ ഒരു ഏകീകരണവും ലളിതമായ ചില മാനദണ്ഡങ്ങളുമുണ്ടാക്കാൻ അവർ ശ്രമിച്ചു. എന്നാൽ അതിലൂടെ അവർ മുൻകൂട്ടി കാണാത്ത മറ്റൊന്നു സംഭവിച്ചു. നൂറ്റാണ്ടുകളായി ഇവിടെ നിലനിന്ന മുഷിഞ്ഞ സാമൂഹികാചാരങ്ങളെയും തിന്മകളെയും പുതിയ വെളിച്ചത്തിൽ കാണാനും വിലയിരുത്താനും ആളുകൾക്ക് കഴിഞ്ഞു. സ്വന്തം പ്രതിബിംബം എത്ര വികൃതമാണെന്ന് ചിലർക്കെങ്കിലും അങ്ങനെ മനസ്സിലായി. അറിവ് മോചനത്തിനുള്ള മാർഗ്ഗമായി മാറിയത് അങ്ങനെയാണ്.

ബ്രിട്ടീഷുകാർക്ക് കാര്യമായി അറിയാത്ത ഒന്ന് ഭാരതത്തെ സംബ

ന്ധിച്ചുണ്ടായിരുന്നു. അതിതാണ്: നൂറ്റാണ്ടുകളായി ഭാരതീയർ തന്നെയായിരുന്നു അവരുടെ ഒന്നാമത്തെ ശത്രു. ശത്രുക്കളുടെ ഒരു വിശാല രാജ്യത്തിന് പൊതുവായ ഒരു പേര് ഉണ്ടായിരുന്നു എന്നു മാത്രം. പരസ്പരം കലഹിക്കുന്നതിലൂടെ മാത്രം സമനില പാലിച്ചിരുന്ന ഭാരതത്തിന് ബ്രിട്ടീഷുകാർ ഇവിടെ നടപ്പിലാക്കിയ വിദ്യാഭ്യാസത്തിലൂടെ സ്വന്തം ജീവചരിത്രത്തിന്റെ ദാരുണമായ നില തിരിച്ചറിയാൻ കഴിഞ്ഞു. വിദ്യാഭ്യാസത്തിന്റെ ഒരുപയോഗമാണത്.

ഒന്നു ശ്രദ്ധിച്ചാൽ വിഷത്തെത്തന്നെ ഔഷധമാക്കി മാറ്റാനും കഴിയും. വിദ്യാഭ്യാസത്തിന്റെ കാര്യവും അങ്ങനെത്തന്നെയാണ്. പ്രതിലോമകരമായ ദൗത്യവുമായി പുറപ്പെട്ട വിദ്യാഭ്യാസത്തിന് അതിന്റെ ഉറവിടത്തെത്തന്നെ തിരുത്താൻ പഠിപ്പിക്കാനും കഴിയും. ഏതൊന്നിലും അതിന്റെ തന്നെ അന്തകനും വിമോചകനും ഉണ്ടായിരിക്കും. അടിമയുടെ വിശപ്പുതന്നെയാണ് അവന്റെ ശക്തിയും ബലഹീനതയും.

ഭാരതത്തിന്റെ സ്വാതന്ത്ര്യസമരത്തിൽ ഇംഗ്ലീഷ് വിദ്യാഭ്യാസവും വിദ്യാലയങ്ങളും സുപ്രധാനമായ പങ്കു വഹിച്ചു. 1947 ന് മുമ്പുള്ള അരനൂറ്റാണ്ടിലേറെക്കാലം സ്കൂളിൽ പോവുകയെന്നതുപോലെത്തന്നെ പ്രധാനമായിരുന്നു പള്ളിക്കൂടം ബഹിഷ്കരിക്കുകയെന്നതും. പഠിക്കാൻ പോകാതിരിക്കുകയെന്നതും വിദ്യാഭ്യാസപ്രവർത്തനമായിരുന്നു. പഠിക്കുക എന്നതിന് ക്ലാസ് മുറിയിൽ നിന്നും ഇറങ്ങിപ്പോരിക എന്നും അന്ന് അർത്ഥമുണ്ടായിരുന്നു. ഏറ്റവും നല്ല വിദ്യാർത്ഥികൾ അന്ന് ക്ലാസ്സ് മുറിയിൽ നിന്നും ഇറങ്ങിപ്പോരികയാണ് ചെയ്തിരുന്നത്. ഇത് ഒരു കുഞ്ഞിന്റെയും സമരരീതിയാണ്. എനിക്ക് ചില അനിഷ്ടങ്ങളുണ്ട് എന്നു കാണിക്കാൻ കുട്ടി അമ്മയുടെ മടിയിൽ നിന്നും ഇറങ്ങി നിലത്ത് കിടക്കുകയാണ് ചെയ്യുക. ഈ നിലയിൽ നോക്കിയാൽ നിസ്സഹകരണവും നിരാഹാര സത്യഗ്രഹവുമെല്ലാം മനുഷ്യപ്രകൃതത്തോട് ഏറെ ഇണങ്ങിയ, ഒരുപക്ഷേ, ഒരു ശിശുവിന്റെ സമര രീതികളാണ്. എന്നാൽ അത് മറ്റു ജന്തുക്കളിൽ നിന്നും മനുഷ്യനെ ഏറെ വ്യതിരിക്തനാക്കുകയും ചെയ്യുന്നുണ്ട്.

ഭാഷകൊണ്ട് ഏറെ മർദ്ദനമേറ്റ ജനവിഭാഗമാണ് ഭാരതത്തിലെ അധഃകൃതവർഗ്ഗം എന്നു പറയാം. ലോകത്തെവിടെയും ഒരു അധഃകൃതവർഗ്ഗം ഉണ്ടായിരുന്നിട്ടുണ്ട്. അത്തരം ജനതകളൊക്കെ ശരീരത്തിൽ ചാട്ടവാറടിയും ആത്മാവിൽ ഭാഷകൊണ്ടുള്ള മർദ്ദനവും സഹിച്ചു. ലത്തീൻ ഭാഷയും സംസ്കൃതഭാഷയുമെല്ലാം ഇത്തരം മർദ്ദനങ്ങൾക്കുവേണ്ടി ഉപയോഗിച്ചിട്ടുണ്ട്. സംസ്കൃതത്തിൽ തെറി പറയുന്നതുപോലും മന്ത്രമാണെന്നാണ് ഒരു കാലത്ത് ആളുകൾ കരുതിയിരുന്നത്. സംസ്കൃതം അറിയുന്നയാൾ ആളുകളുടെ കണ്ണിൽ ദൈവത്തോട് ഏറെ അടുത്തു നിൽക്കുന്നയാളായിരുന്നു. സംസ്കൃതത്തെക്കുറിച്ചുള്ള അത്തരം ചില ഭയങ്ങളാണ് കുറേകാലം സംസ്കൃതത്തെ നിലനിർത്തിയതും പിന്നീട് ഒരു ജഡഭാഷയാക്കി മാറ്റിയതും. ലത്തീൻ ഭാഷയ്ക്കുണ്ടായിരുന്ന

ദൈവപദവി ലത്തീൻ നന്നായി അറിയാമായിരുന്ന ദാന്തെയെപ്പോലുള്ള കവികൾ തന്നെ അവസാനിപ്പിക്കാൻ ശ്രമിച്ചു. ലത്തീൻ ഭാഷയിൽ മഹാകാവ്യം എഴുതുന്നതിനുപകരം നാട്ടുഭാഷയായ ഇറ്റാലിയൻ ഭാഷയിലാണ് ദാന്തെ 'ഡിവൈൻ കോമഡി' എഴുതിയത്. ഒരു ഭാഷയുടെ പ്രഭാവത്തെ എതിർക്കാൻ ആ ഭാഷ നന്നായി പഠിക്കുകയെന്നതുതന്നെയാണ് ഒരു മാർഗ്ഗം. ആനയെ മെരുക്കാനുള്ള മാർഗ്ഗം ആനയെ വാൽ തൊട്ടുതന്നെ പഠിക്കുകയാണ്.

ഇത്തരം ഒരു പഠനം, അല്ലെങ്കിൽ വിദ്യാഭ്യാസം ഭാരതത്തിലെ നവോത്ഥാന നായകന്മാരുടെയും സ്വാതന്ത്ര്യസമരസേനാനികളുടെയും ജീവിതത്തിൽ ഉണ്ടായിട്ടുണ്ട്. മന്ത്രം ചൊല്ലി ആളുകളുടെ മേൽ കുതിര കയറുന്നവരെ അവർ മന്ത്രം കൊണ്ടുതന്നെ നേരിട്ടു. കേരളത്തിലെ നവോത്ഥാന നായകന്മാരാണ് അറിവിന്റെ ഇത്തരമൊരു പോരാട്ടവീര്യം ഏറെ ഉപയോഗിച്ചത്. അധഃകൃതനെ അധഃകൃതനാക്കുന്നത് അവന്റെ അറിവില്ലായ്മയും വെടിപ്പില്ലായ്മയുമാണെന്ന് ശ്രീനാരായണഗുരുവിനറിയാമായിരുന്നു. അതുകൊണ്ടാണ് അദ്ദേഹം അവരെ നന്നായി കുളിക്കാൻ പ്രേരിപ്പിച്ചത്. ശരീരം വൃത്തിയായിരിക്കുമ്പോൾ ആത്മവിശ്വാസം വർദ്ധിക്കും. അടിമയെ അടിമയാക്കുന്നത് തന്റെ ശരീരത്തോട് തന്നെയുള്ള പുച്ഛമാണ്. വൃത്തികെട്ട പരിസരങ്ങളിൽ നിരന്തരമായി ജീവിക്കേണ്ടി വരുന്നവരെ ആദ്യം പഠിപ്പിക്കേണ്ടത് തന്നോടുതന്നെ സമരം ചെയ്യാനാണ്. നന്നായി കുളിക്കുകയെന്നതും വൃത്തിയുള്ള ഭക്ഷണം കഴിക്കുകയെന്നതും ഒരു സ്വാതന്ത്ര്യസമരം തന്നെയാണെന്ന് ഗാന്ധിജിക്കും അറിയാമായിരുന്നു. ഗാന്ധിജിയെ പലരും എതിർക്കുന്ന ഒരു കാര്യമുണ്ട്. സ്വാതന്ത്ര്യസമരം ആളിയിരമ്പുമ്പോൾ ഗാന്ധിജി വെജിറ്റബിൾ മാസികയിൽ ലേഖനമെഴുതുകയായിരുന്നു എന്ന കാര്യമാണത്. എന്നാൽ പച്ചക്കറിയിലേക്ക് ആളുകളെ ആകർഷിക്കുകയെന്നതും ഗാന്ധിജിയുടെ സ്വാതന്ത്ര്യസമരമായിരുന്നു. തന്നിൽ നിന്നു തന്നെ സ്വതന്ത്രരായവരുടെ ഒരു വൻ സംഘം ഗാന്ധിജിയുടെ സങ്കല്പത്തിലുണ്ടായിരുന്നു. ഗാന്ധിജിയുടെ ഈയൊരു സവിശേഷത ഇന്ത്യക്കാരെക്കാൾ കൂടുതൽ മനസ്സിലാക്കിയത് ഷുമാക്കറെപ്പോലുള്ള അമേരിക്കൻ ചിന്തകന്മാരാണ്. ഗാന്ധിജിയുടെ ദർശനത്തിനു ലഭിച്ച നിത്യസ്മാരകമാണ് ഷുമാക്കറുടെ 'ചെറുതാണ് സുന്ദരം' എന്ന ഗ്രന്ഥം.

വിദ്യാഭ്യാസത്തെ വ്യക്തിയുടെ സ്വയം മോചനത്തിനും സമൂഹത്തെ മോചിപ്പിക്കാനും ഉപയോഗിക്കാൻ കഴിയും എന്ന് ചരിത്രം പലതവണ തെളിയിച്ചിട്ടുണ്ട്. സവർണ്ണരുടെ ശക്തിയെന്തെന്നു കാണാതെ അവരോടു തർക്കിക്കാൻ പുറപ്പെടരുതെന്ന് അറിയാമായിരുന്നതുകൊണ്ടാണ് നാരായണഗുരു ഇംഗ്ലീഷും സംസ്കൃതവും പഠിക്കാൻ കുമാരനാശാനെ കൽക്കത്തയിലേക്കയച്ചത്. സ്വന്തം സമുദായത്തെയും അതുവഴി നരജന്മത്തെത്തന്നെയും പ്രബുദ്ധമാക്കുകയെന്നതാണ് മോ

ചനത്തിന്റെ പാതയെന്ന് അദ്ദേഹം പലതരത്തിൽ തെളിയിച്ചു. അവർണ്ണൻ ശ്ലോകങ്ങൾ നിർമ്മിക്കാൻ തുടങ്ങിയാൽ സവർണ്ണന് പിന്നീടത് വ്യാഖ്യാനിച്ച് കാലം കഴിക്കേണ്ടിവരുമെന്നും അദ്ദേഹം തെളിയിച്ചു.

എന്നാൽ സ്വന്തം കഴിവില്ലായ്മയെ മുദ്രാവാക്യം കൊണ്ടും സംഘടനാബലം കൊണ്ടും മറച്ചുവെക്കുന്ന വ്യക്തികളുടെ സംഘങ്ങളാണ് ഇപ്പോൾ കേരളത്തിൽ സംഭവിച്ചുകൊണ്ടിരിക്കുന്നത്. വിദ്യാഭ്യാസത്തെ വിമോചനമാർഗ്ഗമായി കണ്ട നാരായണഗുരുവിന്റെ പിൻഗാമികൾ തന്നെ വിദ്യാഭ്യാസത്തെ കച്ചവടമാക്കി മാറ്റി. സമൂഹത്തിൽ സമത്വമുണ്ടാക്കാൻ ആദ്യം ദൈവത്തെത്തന്നെ പിടിച്ചുകെട്ടിക്കൊണ്ടുവരേണ്ടതുണ്ടെന്ന് ശ്രീനാരായണഗുരുവിനറിയാമായിരുന്നു. ദൈവത്തെ കൊണ്ടുവന്നാൽ കൂടെ ആളുകളും വരും. ഏതു കല്ലിനെയും ദൈവമാക്കാൻ പ്രയാസമില്ലെന്ന് അദ്ദേഹം അറിഞ്ഞിട്ടുണ്ടാവുക ജ്ഞാനിയുടെ വിശുദ്ധ സങ്കടത്തോടെയായിരിക്കും. ശ്രീനാരായണഗുരു ജനങ്ങൾക്കിടയിൽ ചെയ്തതെല്ലാം ഒരുതരം പരോക്ഷ വിദ്യാഭ്യാസ (informal education) പ്രവർത്തനം തന്നെയായിരുന്നു. കാലങ്ങളായി അദ്വൈതികൾ വസ്തുവിനെക്കുറിച്ചും, വാസ്തവത്തെക്കുറിച്ചും, ആത്മാവിനെക്കുറിച്ചും തർക്കിച്ച് ആനന്ദിക്കാൻ ഉപയോഗിച്ചിരുന്ന അദ്വൈത ദർശനത്തെ അദ്ദേഹം മനുഷ്യരെ ഒന്നിപ്പിക്കാനുള്ള ഉപാധിയാക്കി. താനും പ്രപഞ്ചവും ഒന്നുതന്നെ എന്ന കറകളഞ്ഞ അസത്യത്തെ മാനുഷികമാക്കിയത് മനുഷ്യരെല്ലാം ഒന്നാണ് എന്നു പറഞ്ഞുകൊണ്ടാണ്. ‘അതു നീ തന്നെ’ എന്നതിനെ ‘നിന്റെ സഹജീവിയും നീ തന്നെ’ എന്ന സ്നേഹതത്ത്വത്തിലേക്കു കൊണ്ടുവരാൻ ഗുരുവിനെ പ്രാപ്തനാക്കിയത് സംസ്കൃതത്തിലും വേദോപനിഷത്തുകളിലുമുള്ള ആഴത്തിലുള്ള അറിവാണ്. ഏതൊരു മതത്തിലുമുള്ള വിമോചന മൂല്യം കണ്ടെത്താൻ ആ മതം നന്നായി പഠിക്കേണ്ടിവരും.

ഇപ്പോൾ ഏറക്കുറെ വിദ്യാഭ്യാസത്തിന്റെ വിമോചനമൂല്യം നഷ്ടപ്പെട്ടു കഴിഞ്ഞിട്ടുണ്ട്. ഒരു കുട്ടിയെ ഇപ്പോൾ സ്കൂളിലയക്കുന്നത്, ഒരു കാലത്ത് സമൂഹത്തിൽ അവൻ നേരിടേണ്ടി വരുന്ന മത്സരത്തെ മുന്നിൽ കണ്ടു കൊണ്ടാണ്. സമൂഹം മത്സരാധിഷ്ഠിതമായതോടെ ആ മത്സരത്തിലേക്ക് പ്രധാന സംഭാവന നൽകാനുള്ള ദൗത്യം വിദ്യാഭ്യാസ മേഖലയാണ് ഏറ്റെടുത്തത്. വിദേശ രാജ്യങ്ങളിലെ കമ്പോളത്തിന്റെ ആവശ്യങ്ങൾക്കനുരിച്ച് മനുഷ്യന്റെ കായികവും ബുദ്ധിപരവുമായ കഴിവുകൾ പ്രദാനം ചെയ്യുകയെന്ന ഒരൊറ്റ ഉത്തരവാദിത്തം മാത്രമെ വിദ്യാഭ്യാസത്തിനുള്ളു എന്നു വന്നിട്ടുണ്ട്. ഏതായാലും ജ്ഞാനം സമ്പാദിക്കാൻ വേണ്ടി പള്ളിക്കൂടത്തിൽ പോകുന്നവരുടെ കാലം ഏതാണ്ട് കഴഞ്ഞതുപോലെയാണ്. പ്രയോഗക്ഷമമല്ലാത്ത അറിവുകൾ ആവശ്യമില്ലെന്ന് ഇപ്പോൾ പറഞ്ഞുകൊണ്ടിരിക്കുന്നത് അത്തരം അറിവുകൾക്ക് പ്രാധാന്യമുണ്ടായിരുന്ന വിദ്യാഭ്യാസ കാലത്തിലൂടെ കടന്നുവന്നവർ തന്നെയാണ്. ഒരുപക്ഷിയുടെ ചിറകടി ആസ്വദിക്കുന്നവന്റെയല്ല, അതിന്റെ ചിറകടികൾക്കിടയിലെ പിഴവുകളെ തന്റെ

തോക്കിന്റെ വിജയങ്ങളാക്കി മാറ്റുന്ന വേട്ടക്കാരന്റെ മനസ്സ് സമൂഹത്തിന്റെ മുഴുവൻ മനസ്സാക്കി മാറ്റാനാണ് ഇപ്പോൾ വിദ്യാഭ്യാസ വിചക്ഷണന്മാരും ഭരണാധികാരികളും ശ്രമിച്ചുകൊണ്ടിരിക്കുന്നത്. അങ്ങനെ മനുഷ്യവർഗ്ഗം മുഴുവൻ ഒരു കാലത്ത് വേട്ടക്കാരെക്കൊണ്ട് നിറയാൻ പോകുന്നുണ്ടെന്ന് ഈ കാലത്തെ നിരീക്ഷിച്ചാൽ ഒട്ടും പ്രതിഭയില്ലാത്ത ഒരു പ്രവാചകനുപോലും പ്രവചിക്കാൻ കഴിയും. എല്ലാവരും വേട്ടക്കാരാവുമ്പോൾ അവരിൽ ചിലർക്കുതന്നെ ഇരകളാവേണ്ടിയും വരുമല്ലോ. അങ്ങനെ, തന്നെത്തന്നെ വേട്ടയാടുന്ന വേട്ടക്കാരെക്കൊണ്ട് വരും കാലത്ത് ലോകം നിറയും.

അദ്ധ്യാപകർ സമരം ചെയ്യുന്നു എന്നു കേട്ടാൽ അതിനുപിന്നിലുള്ള താല്പര്യങ്ങൾ ആരും പറയാതെ തന്നെ ഇപ്പോൾ മനസ്സിലാക്കാൻ കഴിയും. വിദ്യാഭ്യാസത്തെയോ വിദ്യാർത്ഥികളെയോ ധർമ്മമൂല്യങ്ങളുടെ അടിസ്ഥാനത്തിൽ മുന്നോട്ടുനയിക്കാനല്ല, ശമ്പളം കൂട്ടാനും ആനുകൂല്യങ്ങൾ വർദ്ധിപ്പിക്കാനും മറ്റുമായിരിക്കും സമരം. വിദ്യാർത്ഥികൾക്കു വേണ്ടി അദ്ധ്യാപകർ സമരം ചെയ്യുക എന്ന ഒന്ന് സംഭവിക്കുന്നില്ല. വിദ്യാഭ്യാസത്തിന്റെ പലതരം അന്ധതകൾക്കെതിരെ വിദ്യാർത്ഥികളും സമരം ചെയ്യാറില്ല. പുരോഗമന വിദ്യാർത്ഥി സംഘടനകൾ എന്നു പറയുന്നവരും ഏതാനും ചില സാങ്കേതിക കാര്യങ്ങളെ മുൻനിർത്തിയാണ് പതിവുപോലെ സമരം ചെയ്യുക.

നാം സ്വപ്നം കാണേണ്ട ഒരു വിദ്യാർത്ഥിയുണ്ട്. സ്വന്തം കാലഘട്ടത്തിന്റെ ദുരിത സത്യം മനസ്സിലാക്കാൻ ഉൾക്കാഴ്ച നേടിയ, തന്നിലൂടെ യാത്ര ചെയ്ത് തന്റെ സഹജീവിയിലേക്കെത്തുന്ന, അഥവാ, തന്റെ സഹജീവിയിലൂടെ തന്നിലേക്ക് പ്രയാണമാരംഭിക്കുന്ന ഒരു വിദ്യാർത്ഥി. ആ വിദ്യാർത്ഥി മൽസരിക്കാനല്ല പഠിക്കുക, മൽസരങ്ങൾ അവസാനിപ്പിക്കാനാണ്. തന്റെ ആസക്തികൾക്ക് ഈ പ്രകൃതിയെ ഭക്ഷണമാക്കാനല്ല, ചരാചരങ്ങളെയെല്ലാം പ്രിയത്തോടെ പുണരാനാണ് ആഗ്രഹിക്കുക. ആ വിദ്യാർത്ഥിക്കു മുന്നിൽ കാലം വിനയാന്വിതമായിരിക്കും.

•

തീറ്റയുടെ ദിനവൃത്താന്തം

തനിക്കു ചുറ്റുമുള്ള എന്തിനെയും ഭക്ഷണമാക്കാനാണ് ജീവികൾ പൊതുവെ ആഗ്രഹിക്കുന്നത്. തന്നെക്കാൾ വലിയ ഒന്നിന്റെ ഭക്ഷണമാവാനുള്ള ഒരബോധപ്രേരണയും മനുഷ്യനടക്കമുള്ള ചില ജീവികൾക്കുണ്ട്. ഇത് അനശ്വരതക്കുവേണ്ടിയുള്ള ആഗ്രഹത്തിന്റെ മറ്റൊരു രൂപമാണ്. തന്നെക്കാൾ വലിയ ഒരു ജീവിയുടെ ശരീരത്തിന്റെ ഭാഗമായാൽ തനിക്ക് മറ്റൊരുതരത്തിൽപെട്ട ഒരു ജീവിതം ലഭിക്കുമെന്ന ഒരു വിശ്വാസം മനുഷ്യന്റെ അബോധമനസ്സിൽ ഉണ്ട്. ഈ വിശ്വാസം, തന്നെക്കാൾ വലിയ ഒരു 'കാരണ'ത്തിനുവേണ്ടി ഇരയാവാനുള്ള ആഗ്രഹമായും മനുഷ്യനിൽ രൂപാന്തരപ്പെടുന്നുണ്ട്. മാതൃരാജ്യത്തിനുവേണ്ടി മരിക്കുക, ജനനായകനുവേണ്ടി മരിക്കുക, ദൈവത്തിനും പ്രവാചകന്മാർക്കും വേണ്ടി മരിക്കുക, എന്നതിന്റെയൊക്കെ പിന്നിൽ മുൻ പറഞ്ഞ വിശ്വാസത്തിന്റെ പ്രേരണയുണ്ട്.

ചില വസ്തുക്കൾ അവയുടെ പ്രകൃതം കൊണ്ടുതന്നെ ഭക്ഷണമാവാൻ കഴിയാതെ നിൽക്കാറുണ്ട്. അത്തരം വസ്തുക്കൾ ഒരുപക്ഷെ, ആരുടെയോ ഭക്ഷണമാവാനുള്ള മൗനപ്രാർത്ഥനയിലായിരിക്കണം. കാരണം, ഉത്തുംഗമായ ഗോപുരങ്ങൾക്കുമുകളിൽ പലതരം വെളിച്ചങ്ങൾ വീശിനിൽക്കുന്ന ഈ ലോകത്ത് നടക്കുന്ന പ്രധാനപ്പെട്ട രണ്ടു പ്രവർത്തനങ്ങൾ ഭക്ഷണം കഴിക്കലും വിസർജ്ജിക്കലുമാണ്.

യന്ത്രങ്ങളിലും ഇതുതന്നെയാണ് സംഭവിക്കുന്നത്. ഏതെങ്കിലും തരത്തിലുള്ള ഇന്ധനം ഭക്ഷിക്കുന്നു. ഏതെങ്കിലും തരത്തിലുള്ള അവശിഷ്ടം വിസർജ്ജിക്കുന്നു.

മധുരം, എരിവ്, പുളി എന്നിവ രസങ്ങൾ മാത്രമല്ല, എല്ലാ രുചിഭേദങ്ങളുടെയും ആധാരശ്രുതികൂടിയാണ്. രുചികളെല്ലാം ചിട്ടപ്പെടുത്തിയിട്ടുള്ളത് ഈ മൂന്നു രസങ്ങളുടെ ഏറ്റക്കുറച്ചിലുകളെ അടിസ്ഥാന

മാക്കിയാണ്. ദേഹക്കൂറും വ്യക്തിഭേദവും രോഗാരോഗാവസ്ഥയും മാനസിക ഭാവവുമനുസരിച്ച് ഇതിൽ ഓരോരസങ്ങളുടെയും മുൻഗണന വ്യത്യാസപ്പെടുന്നുണ്ട്. പനിയുള്ളപ്പോൾ ഈ രസങ്ങളെല്ലാം അവയുടെ സ്വാഭാവിക ചരിത്രം ഉപേക്ഷിച്ച് വ്യക്തിയിൽ രുചിഭേദം സൃഷ്ടിക്കുന്നു. ജലദോഷമുള്ളയാൾക്ക് മധുരം അത്ര രുചിക്കാറില്ല. പുളിയായിരിക്കും അയാൾ ഇഷ്ടപ്പെടുക. അതിനുകാരണം നാക്കിലും ഉമിനീരിലും തലച്ചോറിലും സംഭവിക്കുന്ന താല്കാലികമായ ചില രാസമാറ്റങ്ങളാണ്. പനിക്കുമ്പോൾ മധുരം രുചികരമല്ല, എന്ന പൊതുവായ അഭിപ്രായമുണ്ടാക്കിയ അഭ്യസന (learning)വും ഇതിൽ ഇടപെടുന്നുണ്ട്.

പ്രേമം പലപ്പോഴും മധുരത്തോടു ചേർത്താണ് വിവരിക്കപ്പെട്ടിട്ടുള്ളത്. പ്രേമവും, ഐസ്ക്രീം, ലെഡു, പലതരം മിഠായികൾ തുടങ്ങിയ ഭക്ഷണവസ്തുക്കളും തമ്മിലുള്ള ബന്ധം പ്രസിദ്ധമാണ്. എന്നാൽ പ്രേമനൈരാശ്യം കൊണ്ട് മനഃക്ലേശമനുഭവിക്കുന്നവർ പൊതുവെ മധുരത്തോട് വിരക്തിയുള്ളവരായാണ് കണ്ടുവരുന്നത്. അത്തരം രോഗികളെ ചികിത്സിക്കേണ്ടി വരുമ്പോൾ മനശ്ശാസ്ത്രചികിത്സയോടൊപ്പം മധുരത്തിൽ ആസ്വാദ്യത കണ്ടെത്താൻ അവരെ പഠിപ്പിക്കുകയും ചെയ്യുന്നത് നല്ലതാണ്. മധുരം ഇഷ്ടമാവാൻ തുടങ്ങുന്ന മുറയ്ക്ക് അവർ പ്രേമനൈരാശ്യത്തിൽ നിന്നും പുറത്ത് കടന്ന് കുറച്ചുകൂടി സുരക്ഷിതമായ മറ്റൊരു പ്രേമത്തിലേക്ക് നുഴഞ്ഞു കയറാൻ ശ്രമിക്കുന്നതായാണ് കണ്ടുവരുന്നത്. ഇത് വളരെ രസകരമായ ഒരു കാര്യമാണ്. മനഃക്ലേശംകൊണ്ട് ഒരാൾ ഒഴിവാക്കിയ ഒരു ഭക്ഷണശീലം വീണ്ടും അയാൾ തുടങ്ങുന്നതോടെ മനഃക്ലേശം അകലാൻ തുടങ്ങുന്നു.

രുചിയെല്ലാം അരുചിയായിമാറുന്നതാണ് മാനസിക രോഗങ്ങളുടെയും ചില ശാരീരികരോഗങ്ങളുടെയും ഒരു പ്രധാന ലക്ഷണം. അതുകൊണ്ട് ഭക്ഷണത്തോടുള്ള ഒരു വ്യക്തിയുടെ മനോഭാവം ഒരു പ്രധാന മാനദണ്ഡമാണ്. ഭക്ഷണത്തോടുബന്ധപ്പെടുത്തിയുള്ള രോഗലക്ഷണ നിർണ്ണയവും മരണലക്ഷണ നിർണ്ണയവും ആയുർവ്വേദഗ്രന്ഥങ്ങളിൽ പലയിടത്തുമുണ്ട്.

'ബലിംബലി ഭുജോയസ്യ
പ്രണീതം നോ പ ഭൂഞ്ജതേ
ലോകാന്തര ഗതഃപിണ്ഡം
ഭും ക്തേ സംവത്സരേണസ:'

എന്നാണ് ഒരു ശ്ലോകം. ഒരുവൻ കൊടുക്കുന്ന ആഹാരസാധനങ്ങൾ, അല്ലെങ്കിൽ ഇടുന്ന ബലി, കാക്ക കൊത്തിത്തിന്നാതിരുന്നാൽ ഒരു വർഷത്തിനുള്ളിൽ ടിയാൻ കാലപുരി പ്രാപിക്കുമെന്നർത്ഥം. കാര്യം അല്പം അന്ധവിശ്വാസപരമാണെങ്കിലും ഭക്ഷണം ഇവിടെ മുഖ്യവേഷത്തിൽ വരുന്നത് ശ്രദ്ധിക്കണമല്ലോ. ഇനി രസങ്ങളെക്കുറിച്ചും ശ്ലോകങ്ങളുണ്ട്.

'യോ രസാണവിജാനാതി
നവാജാനാതി തദ്വത:
മുഖപാകാദ്യതേപകം
തമാഹു:കുശലാനരം'

അർത്ഥമിങ്ങനെ: വായിൽ അസുഖങ്ങളൊന്നുമില്ലാത്ത ഒരാൾക്ക് മധുരം, കയ്പ് തുടങ്ങിയ രസങ്ങളൊന്നും അറിയാൻ കഴിയാതിരിക്കുകയോ ഒരു രസത്തെ മറ്റൊരു രസമായി അറിയുകയോ ചെയ്താൽ അത് മരണലക്ഷണമാണെന്ന് ബുദ്ധിമാൻ മനസ്സിലാക്കണം.

കാര്യം രസകരമാണ്. പഞ്ചസാര വായിലിട്ട്, നല്ല എരിവുണ്ടല്ലോ എന്ന് പറയുന്നവനെക്കുറിച്ച് പിന്നെ എന്തുപറയാനാണ്.

ആസന്നമരണ ലക്ഷണവും ഭക്ഷണത്തോടുബന്ധപ്പെടുത്തി മനസ്സിലാക്കാൻ വൈദ്യന്മാരെ സഹായിക്കുന്നതിനും ശ്ലോകമുണ്ട്.

'ക്ഷീണസ്യയസ്യക്ഷുത്തൃഷ്ണേ
ഹൃദ്യൈർമിഷ്ടൈർഹിതൈസ്തഥാ
നാ ശ്യാമ്യതോ ന്ന പാനൈശ്ച
തസ്യമൃത്യുരുപസ്ഥിത:'

വിശപ്പുകൊണ്ടു ക്ഷീണിച്ചവന് ഹൃദ്യവും ഹിതകരവും പ്രിയകരവുമായ ആഹാരം ധാരാളം കൊടുത്തിട്ടും വിശപ്പുമാറാതിരിക്കുന്നതും ദാഹമുള്ളവന് അപ്രകാരമുള്ള പാനീയങ്ങൾ വേണ്ടത്ര കൊടുത്തിട്ടും ദാഹംമാറാതിരിക്കുന്നതും ആസന്ന മരണലക്ഷണമാണ്.

ഇങ്ങനെ, ജനനമരണങ്ങളെല്ലാം ആരോ മുൻകൂട്ടികമ്പോസ് ചെയ്തിരിക്കുന്ന ഒരു സിംഫണിയാണെങ്കിൽ അതിന്റെ ആധാരശ്രുതി ഭക്ഷണമാണെന്നു കാണാം. ഭാരതീയ ആയുർവ്വേദമനുസരിച്ച് സപ്തധാതുക്കളുടെ അടിസ്ഥാനം അന്നമാണ്. ഭക്ഷണത്തെ സത്വരജതമോഗുണങ്ങളുടെ അടിസ്ഥാനത്തിൽ തരംതിരിക്കുകയും ഈ ത്രിഗുണങ്ങൾ വരുന്ന ഭക്ഷണപദാർത്ഥങ്ങൾ ഭക്ഷിക്കുന്നവരുടെ കുലവും ഗോത്രവും മനോഭാവവും വിവരിക്കുകയും അവർക്കുവന്നു ഭവിക്കുന്ന രോഗങ്ങൾ പ്രവചിക്കുകയും ചെയ്തിട്ടുള്ളവരാണ് ഭാരതീയ ജ്ഞാനികൾ. ആ ജ്ഞാനികൾ ഈ ത്രിഗുണങ്ങൾ എങ്ങനെയൊക്കെ സ്വജീവിതത്തിൽ പരിപാലിച്ചിരുന്നു എന്ന കാര്യമാണ് രേഖകളിൽ കാണാത്തത്.

രുചികരമായതെന്തും തിന്നാനും തിന്നാതിരിക്കാനുമുള്ള മാനസിക ഭാവം മനുഷ്യനുണ്ട്. ഭക്ഷണം കഴിക്കുന്ന അതേ ആവേശത്തോടെ ഭക്ഷണം ഉപേക്ഷിച്ച് ആനന്ദിക്കാനും കഴിയുന്ന ഒരു ജീവി മനുഷ്യനാണ്. കൈയെത്തിച്ചാൽ തൊടാവുന്ന അകലത്തിരിക്കുന്ന ഭക്ഷണം കഴിക്കാതെ വിശന്നിരുന്ന് ഒടുവിൽ ആനന്ദത്തോടെ അന്തരിച്ച മനുഷ്യർ ഈ ഭൂമിയിലുണ്ട്. സമയബന്ധിതമായ നിരാഹാര സത്യഗ്രഹം ഒരു സമരായുധമാണല്ലോ. മനുഷ്യന്റെ ചില ലക്ഷ്യങ്ങൾ ഭക്ഷണത്തെ നിസ്സാരമാക്കുന്നതായാണ് കണ്ടുവരുന്നത്. കുഞ്ഞുങ്ങൾ മരിച്ച അമ്മ

മാരെ രുചികരമായ ഭക്ഷണ പദാർത്ഥങ്ങൾ കുറെക്കാലത്തേക്ക് ദുഃഖിപ്പിച്ചു കൊണ്ടിരിക്കും. ചോറിനോടൊപ്പം ദുഃഖവും കൂട്ടിക്കുഴച്ചാണ് അവർ ഭക്ഷിക്കുക. ദുഃഖത്തിന്റെ ഒരു പ്രത്യേകത അതിന് സുഖമായിമാറാനുള്ള അത്യധികമായ ഒരഭിവാഞ്ഛയുണ്ട് എന്നതാണ്. ദുഃഖം കൊണ്ട് ഉപേക്ഷിച്ച ഭക്ഷണവസ്തുക്കളിലേക്കു തന്നെ വ്യക്തി സന്തോഷത്തോടെ തിരിച്ചുവരുന്നതാണ് കണ്ടുവരുന്നത്. എന്നാൽ ചിലതരം വിഷാദരോഗങ്ങളിൽ (Aty Pical depression)രോഗികൾ അതിശയകരമായ വിധത്തിൽ ഭക്ഷണം കഴിച്ച് തടികൂട്ടുന്നതായും കണ്ടുവരുന്നുണ്ട്. ഏതായാലും, ഏറ്റവും വലിയ ദുഃഖം കൊടുമുടിയുടെ ഏറ്റവും മുകളിലെ മഞ്ഞുകട്ടിപോലെയാണ്. സൂര്യൻ ആദ്യം ഉരുക്കിക്കളയുക അതിനെത്തന്നെയായിരിക്കും.

ഔഷധഗുണമുള്ളതെല്ലാം അല്പം ചവർപ്പുള്ളതായിരിക്കേണ്ടതാണെന്ന ഒരു വിശ്വാസം മനുഷ്യർക്കുണ്ട്. കഷായത്തിന്റെ കയ്പ് കൂടുതലാണെങ്കിൽ അതിന്റെ ഔഷധഗുണവും കൂടുതലായിരിക്കുമെന്നാണ് ആളുകൾ കരുതുന്നത്. ഹോമിയോ മരുന്നുകൾ മിക്കവാറും മധുരിക്കുന്നതാണ്. ആ മരുന്നുകളോട് മുതിർന്നവർക്കുള്ള ഒരവിശ്വാസവും അതുതന്നെയാണ്. കുട്ടികൾക്ക് ആ മരുന്നുകൾ പ്രിയങ്കരമാണ്. നമ്മുടെ ഒരു കഷ്ടസ്ഥിതി മാറാൻ അല്പമൊന്ന് ക്ലേശിക്കണമെന്ന ഒരു ശിക്ഷണം ആളുകൾക്കുള്ളിൽ കിടപ്പുണ്ട്. അതുകൊണ്ടാണ് മുറിവിൽ മരുന്നൊഴിച്ച് നീറ്റലുണ്ടായാൽ മുറിവ് വേഗം കരിയുമെന്ന് പലരും വിശ്വസിക്കുന്നത്. അല്പനേരത്തേക്കുള്ള ഏതു നീറ്റലും മനുഷ്യന് ഉള്ളിൽ ഒരാഹ്ലാദവും നൽകിക്കൊണ്ടിരിക്കും. നല്ല വായനാശീലവും ഏറക്കുറെ തരക്കേടില്ലാത്ത മനുഷ്യത്വവും ഉണ്ടെന്ന് വിശ്വസിക്കുന്നവർക്ക് അത് സാംസ്കാരികമായ ഒരു തൃപ്തിയും നൽകിക്കൊണ്ടിരിക്കും. ആ തൃപ്തിയാകട്ടെ കേരളത്തിൽ ജീവിച്ചിരിക്കാൻ അത്യാവശ്യവുമാണ്.

ഭക്ഷണം വായിൽ വെക്കുക, നുണയുക, വിഴുങ്ങുക, തുപ്പുക തുടങ്ങിയ അനുഭവങ്ങളിൽ നിന്നാണ് ഒരു ശിശു വളർന്നു വരുമ്പോൾ ജീവിതാവസ്ഥകൾ നൽകുന്ന വൈകാരിക സന്ദർഭങ്ങളോടുള്ള മാനസികവും ശാരീരികവുമായ പല പ്രതികരണങ്ങളും രൂപീകരിക്കുന്നത്. ഫ്രോയിഡിയൻ മനശ്ശാസ്ത്രത്തിൽ പറയുന്ന വദനഘട്ട (oral phase)ത്തിന് മനുഷ്യമനസ്സിനെ രൂപീകരിക്കാനുള്ള വലിയ ശേഷിയുണ്ട്. ശൈശവത്തിൽ 'വായ' നായകനായി വരുന്ന ഘട്ടം തന്നെയാണിത്. ശിശുവായിരിക്കുമ്പോൾ ഭക്ഷണത്തിലൂടെ തന്നിൽ ചേർന്ന രുചിയുടെയും അരുചിയുടെയും പൂർവ്വകാലാനുഭവങ്ങൾ വ്യക്തിയുടെ മാനസികവും സാംസ്കാരികവുമായ അനുഭവങ്ങളെയും രൂപപ്പെടുത്തുന്നുണ്ട്. ഭക്ഷണം നൽകുന്ന സംതൃപ്തി രൂപപ്പെടുത്തുന്ന ഒറു മാനസിക വ്യവസ്ഥയുണ്ട്. ആ വ്യവസ്ഥ തന്നെയാണ് പിന്നീട് ആത്മീയസംതൃപ്തി, കലാപരമായ സംതൃപ്തി തുടങ്ങി സംതൃപ്തിയുടെ കൂടുതൽ സംസ്

കരിക്കപ്പെട്ട അവസ്ഥകളും സാദ്ധ്യമാക്കുന്നത്.

ഒരു സമൂഹം എത്രമാത്രം മാനുഷികമാണെന്നു നിർണ്ണയിക്കുന്നതിന്റെ ഒരു മാനദണ്ഡം ആ സമൂഹത്തിന്റെ ഭക്ഷണരീതിയാണ്. രാവിലെ ഉറക്കമുണർന്നയുടനെ അളിയനെ കൊന്നുകറിവെച്ചുതിന്നുന്ന സമൂഹം ഏതായാലും നല്ല ഒരു സമൂഹമല്ല. എന്നാൽ അളിയനു പകരം അളിയൻ ഓമനിച്ചു വളർത്തുന്ന ആട്ടിൻകുട്ടിയെ കൊന്നുതിന്നുന്ന വ്യക്തികളുടെ സമൂഹം ഏറക്കുറെ പരിഷ്കൃതസമൂഹമെന്ന് വിവരിക്കപ്പെടുന്നു. മനുഷ്യസംസ്കാരം കണ്ടു പിടിച്ച വലിയ ഒരു നന്മ മനുഷ്യനെ പച്ചക്ക് കൊന്നുതിന്നുന്നതിനുപകരം അവന്റെ സാദൃശ്യ (analogy)മായി ഒരു മൃഗത്തെ കൊന്ന് നരമേധത്തിനുള്ള വിശപ്പ് മറ്റൊരു തരത്തിൽ തീർക്കുകയെന്നതാണ്. വിശുദ്ധബലികളിലെല്ലാം ഇതാണ് സംഭവിക്കുന്നത്. അബ്രഹാമിന്റെയും മകൻ ഇസ്മായേലിന്റെയും കഥ ബൈബിൾ പഴയ നിയമത്തിൽ തന്നെയുണ്ടല്ലൊ. മകനെ ബലി നൽകുന്നതിനു പകരം അവന്റെ സാദൃശ്യമായി ഒടുവിൽ ആടിനെ ബലിനൽകാനാണ് യഹോവകൽപിക്കുന്നത്. ഈ ബലി ഒരു സാമൂഹികമാറ്റത്തിന്റെ സൂചനകൾ വഹിക്കുന്നുണ്ട്.

മനുഷ്യൻ അവന്റെ ആദർശത്തിലുള്ള മനുഷ്യസമൂഹം രൂപീകരിച്ചതിനുപിന്നിൽ എത്രയോ മൃഗങ്ങളുടെ രക്തം ഉറഞ്ഞുകൂടിക്കിടപ്പുണ്ട്. വിശുദ്ധമായതിനെയൊക്കെ തിന്നാനുള്ള ഒരു ജന്മവാസന മനുഷ്യനുണ്ട്. വിശുദ്ധന്മാരെ തിന്നാൽ അവരുടെ വിശുദ്ധിയുടെ അംശം തന്നിൽ ലയിച്ചു ചേരുമെന്നാണ് പഴയ ഒരു വിശ്വാസം. ധീരനായ ശത്രുവിനെ തടവുകാരനായി പിടിച്ചാൽ അവനെ കൊന്നുതിന്നുന്ന ആദിവാസി സമൂഹങ്ങൾ ലോകത്തുണ്ടായിരുന്നു. അവന്റെ ധീരതയും കരുത്തും തിന്നുന്നവരുടെ ശരീരത്തിന്റെ ഭാഗമായിത്തീരാനാണിത്. തീറ്റ എന്നത് വിശപ്പുമാറ്റാനുള്ള വളരെ നിഷ്കളങ്കമായ ഒരു ചെയ്തിയല്ല എന്നാണ് ഇതുകൊണ്ടൊക്കെ അർത്ഥമാവുന്നത്.

രുചി എന്നതുപോലെത്തന്നെ അരുചിയും മനുഷ്യനെ സ്വാധീനിക്കുന്നുണ്ട്. യഥാർത്ഥത്തിൽ ഈ ലോകത്ത് രുചി എന്ന ഒന്നേയുള്ളൂ. അരുചി എന്നത് വളരെ ആപേക്ഷികമാണ്. കഷായത്തിന്റെ അരുചി തന്നെയാണ് അതിന്റെ രുചി. ആ രുചി പിന്നീട് സ്മരണയിലാണ് ആസ്വാദ്യകരമാവുക. കഷായം കുടിച്ച ഓർമ്മയെ തിരിച്ചുകൊണ്ടുവന്നാൽ അതോടൊപ്പം ഭൂതകാലത്തിന്റെ വലിയൊരു ഭൂവിഭാഗം ഓർമ്മയിലെത്തും. കാരണം, തിക്താനുഭവങ്ങളാണ് മനുഷ്യന്റെ സ്വത്വം നിർണ്ണയിക്കുന്നത്. തിക്താനുഭവങ്ങൾ മനുഷ്യനു മാത്രമേയുള്ളൂ. മൃഗങ്ങൾക്ക് തിക്താനുഭവങ്ങളില്ല. അനുഭവങ്ങൾ മാത്രമേയുള്ളൂ. അനുഭവങ്ങളെ ജന്മവാസനകളുമായി ഇഴപിരിച്ചാണ് മൃഗങ്ങൾ പ്രതികരണങ്ങൾ രൂപീകരിക്കുന്നത്. അവയുടെ ജന്മവാസന അവയുടെ ജീവശാസ്ത്രത്തെയും പ്രകൃതിയേയും ആഴത്തിൽ പുണർന്നു കിടക്കുന്നതാണ്.

ഏതനുഭവത്തെയും സ്മരണ വിശ്രാന്തിയിലേക്ക് കൊണ്ടുപോകും. അതുകൊണ്ടാണ് ആളുകൾക്ക് ഗൃഹാതുരത എന്ന ഒരനുഭവമുണ്ടായത്. യഥാർത്ഥത്തിൽ ലോകത്തിന്റെ ഭൂതകാലം അത്രമാത്രം നല്ലതൊന്നുമായിരുന്നില്ല. അന്നുണ്ടായിരുന്ന പലതും ഇപ്പോഴുമുണ്ട്. കൂടാതെ മറ്റു പലതും വേറെയും. എന്നാൽ തീപ്പൊള്ളലേറ്റ അനുഭവത്തെ ഓർത്തുപോലും ഉള്ളിൽ ചില ചില ആനന്ദങ്ങൾ രൂപപ്പെടുത്താൻ മനുഷ്യനു കഴിയും. ഏതനുഭവവും കഴിഞ്ഞുപോയാൽ മനുഷ്യന് അതിനുമുകളിൽ അധികാരം ലഭിക്കുന്നു. അത് തന്റെ വരുതിയിൽ വരുന്നു. തന്റെ വരുതിയിലുള്ളതിനെ സുരക്ഷിതമായി ആസ്വദിക്കാൻ മനുഷ്യനു കഴിയും. ശിശുവിനെയും മുതിർന്നയാളെയും ഒരുപോലെ പിടികൂടുന്ന ഒന്ന് സുരക്ഷിതത്വബോധമാണ്. ജീവിതത്തെ കൂടുതൽ സുരക്ഷിതമാക്കാനാണ് ചിലർ ആത്മഹത്യചെയ്യുന്നത്.

ഒരു ഭക്ഷണത്തിന്റെ രുചി മുമ്പ് അതേ ഭക്ഷണം കഴിച്ചതിന്റെ രുചിയുമായി ഇഴപിരിയുന്നുണ്ട്. അത് പിന്നീട് ആ ഭക്ഷണത്തിന് രുചികരമായ ഭക്ഷണം എന്ന പദവി നൽകുന്നു. പിന്നീട് ആ പദവിതന്നെ സ്വയം ഒരുവന്റെ രുചിബോധത്തിൽ ഇടപെട്ട് സ്വതന്ത്രമായി ചിലത് ചെയ്യുന്നുണ്ട്. അമ്പലപ്പുഴ പാൽപ്പായസത്തിന് പായസങ്ങളുടെ രുചിയുടെ ചരിത്രത്തിൽ ഇങ്ങനെയൊരു പദവി ലഭിച്ചിട്ടുണ്ട്. തരക്കേടില്ലാത്ത രീതിയിൽ പാൽപ്പായസം വെക്കാനറിയുന്നവർക്കു കഴിയുന്ന ഒരു കാര്യമേ ഇതിലൊക്കെയുണ്ടാവൂ എന്ന് ചിന്തിക്കാനുള്ള സാവകാശം ആ പായസത്തെക്കുറിച്ചുള്ള ഒരു ശിക്ഷണം ഉള്ളിൽ കിടക്കുന്നതുകൊണ്ട് പലപ്പോഴും ആളുകൾക്കു ലഭിച്ചെന്നു വരില്ല.

ചില ഭക്ഷണങ്ങൾ ഒരു ജനതയുടെ പൊതുവായ രുചിബോധത്തെ തൃപ്തിപ്പെടുത്തിക്കൊണ്ടിരിക്കും. ചോറും കേരളീയരും തമ്മിലുള്ള ബന്ധം അത്തരത്തിലുള്ള ഒന്നാണ്. പ്രമേഹമോ ആൻജൈനയോ കണ്ടുപിടിക്കപ്പെടുന്നതുവരെ വയറുപൊട്ടുന്നതുവരെ ചോറുതിന്നുകയെന്നതാണ് ശരാശരി മലയാളിയുടെ ഒരു തീറ്റസ്വപ്നം.

രുചിയും അരുചിയും മനുഷ്യന് വൈകാരികാനുഭവങ്ങൾ നൽകുന്നതുകൊണ്ട് അവ രണ്ടിനും മനുഷ്യജീവിതത്തെ സ്വാധീനിക്കാൻ കഴിയും. എന്നാൽ ഒരു രുചിയും പ്രകടിപ്പിക്കാത്ത ഭക്ഷണ വസ്തുക്കൾ പൊതുവെ ശൂന്യതയുടെ അനുഭവമാണ് മനുഷ്യനുനൽകുക. ശൂന്യതയുടെ അനുഭവമാണ് മനുഷ്യൻ ഏറെവെറുക്കുന്നത്. എന്നാൽ, രുചിയൊന്നുമില്ലാത്ത ആഹാരപദാർത്ഥങ്ങളും ആഹാരപദാർത്ഥമല്ലാത്ത ചില വസ്തുക്കളും രോഗാവസ്ഥകളിൽ രുചികരമായിത്തീരും. പിത്തവും മണ്ണുമായുള്ള സാഹോദര്യം അങ്ങനെയാണ് വരുന്നത്.

ഭക്ഷണത്തിനു മുന്നിൽ നിർമ്മമനായി ഇരിക്കുന്നയാളെയാണ് യഥാർത്ഥത്തിൽ സ്ഥിതപ്രജ്ഞൻ എന്നൊക്കെ വിശേഷിപ്പിക്കേണ്ടത്. പലതരം ഭക്ഷണപദാർത്ഥങ്ങൾ നിരത്തിവച്ചിരിക്കുന്ന മേശപ്പുറത്തേക്കു ചാടിവീണ് ആക്രാന്തം കാണിക്കുന്നവൻ എത്ര വലിയ പ്രവാചകനാണെങ്കിലും ആ നിമിഷം ആളുകളിൽ ഒരു വല്ലായ്മയുണ്ടാക്കും. ഏതെ

ങ്കിലുമൊരു വട്ടമേശസമ്മേളനത്തിലിരുന്ന് ലോകനേതാക്കൾ എല്ലാം വാരിവലിച്ചുതിന്നുന്നതു കണ്ടാൽ ലോകനേതാക്കളെക്കുറിച്ച് ആളുകൾക്കെന്താണ് തോന്നുക. സുന്ദരിയായ സ്ത്രീയുടെ ഒരു പ്രധാന സവിശേഷത ആളുകൾക്കിടയിലിരുന്ന് താടിയെല്ലും ചുണ്ടുകളുമെല്ലാം പരമാവധി വെട്ടിച്ചും ഏങ്കോണിപ്പിച്ചും ഭക്ഷണം കഴിക്കുകയില്ലെന്നതാണ്. എന്നാൽ താൻ സുന്ദരിയല്ലെന്ന് ഉത്തമബോധ്യമുള്ള സ്ത്രീ അതൊക്കെ ചെയ്യുകയും ചെയ്യും . കാരണം അവർക്ക് നഷ്ടപ്പെടാനൊന്നുമില്ല. കിട്ടാനുണ്ട് താനും. ഇതെല്ലാം പൊതുവെ മനുഷ്യാവസ്ഥയുടെ അടുക്കളക്കാര്യങ്ങളാണ്. അടുക്കളക്കാര്യങ്ങൾ കേൾക്കാൻ എല്ലാവർക്കും ഇഷ്ടമാണ്. അതു പറയുന്നവനെ ഇഷ്ടപ്പെടാൻ പാടില്ലെന്ന ഒരു ശിക്ഷണം ആളുകൾക്കുള്ളിൽ കിടക്കുന്നുണ്ട് എന്നും ഓർക്കണം.

മഹാത്മാഗാന്ധിയെ ആളുകൾക്കിടയിൽ ഈ നിലയിലൊക്കെ മഹാനാക്കിയതിന്റെ ഒരു പ്രധാന ഉത്തരവാദി നിരാഹാര സത്യഗ്രഹമാണ്. എല്ലാവരും ആഹാരത്തിനു വേണ്ടി എന്തും ചെയ്യുന്ന ഒരു സമൂഹത്തിലാണ് ഗാന്ധിജി എനിക്ക് ആഹാരമൊന്നും വേണ്ടാ എന്നു പറഞ്ഞ് ഇടയ്ക്കിടക്ക് മിണ്ടാതിരുന്നത്. മിണ്ടാതിരിക്കുന്നതും വലിയ കാര്യമാണ്. മറ്റുള്ളവർ പറയുന്നത് കേൾക്കുമ്പോൾ തന്നെ അടുത്തതായി താൻ എന്തുപറയണമെന്ന് ചിന്തിച്ചു കൊണ്ടിരിക്കുന്ന ആളുകൾക്കിടയിലാണ് ഗാന്ധിജി മൗനവ്രതം അനുഷ്ഠിച്ചുകൊണ്ടിരുന്നത്. ഗാന്ധിജി ചെയ്ത ഈ രണ്ടു കാര്യവും യഥാർത്ഥത്തിൽ മനുഷ്യന്റെ ജീവശാസ്ത്രപരമായ ചോദനകൾക്കെതിരാണ്. ജീവശാസ്ത്രത്തിനെതിരെ നിൽക്കുന്നവർക്ക് ഏതുവരെ പോകാം എന്നതിന്റെ മഹത്തായ ഉദാഹരണമാണ് ഗാന്ധിജി.

ഭക്ഷണമാണ് മനുഷ്യനെ ജീവശാസ്ത്രത്തിന്റെ അടിമയാക്കുന്നത്. മനുഷ്യന് നശ്വരതയുടെ ബോധം നൽകുന്നതും ഭക്ഷണമാണ്. ദീർഘകാലം പട്ടിണി കിടക്കേണ്ടിവരുമോ എന്ന ഭയം മനുഷ്യനുണ്ട്. ഈ ഭയം താൻ നശ്വരനാണ് എന്ന ബോധത്തെ പല നിലകളിൽ പ്രോത്സാഹിപ്പിച്ചുകൊണ്ടിരിക്കും. ഭക്ഷണം ഉപേക്ഷിച്ച് സൂര്യപ്രകാശത്തെ ഭക്ഷണമാക്കാൻ തുടങ്ങിയതോടെ തനിക്ക് മരണഭയം ഇല്ലാതായി എന്ന് സൂര്യോപാസകനായ ഹിരരത്തൻമനേക് അടുത്തിടെയാണ് പറഞ്ഞത്. എന്നാൽ ഭക്ഷണം കഴിക്കുന്നത് അതിജീവനത്തിന്റെ ബോധവും മനുഷ്യനിൽ ഉണ്ടാക്കുന്നുണ്ട്. ഭക്ഷണം കഴിച്ചുകൊണ്ടിരിക്കുന്ന നിമിഷം ഒരാൾക്ക് താൻ അതിജീവിച്ചവനാണ് എന്ന ഒരനുഭവം ഉണ്ടാവുന്നുണ്ട്.

രുചി, രുചികരമായ ഭക്ഷണത്തിൽ മാത്രം ഉള്ളടങ്ങിയ ഒരു ഗുണമാണോ? ലോകത്തിലെ എല്ലാ മനുഷ്യർക്കും ഒരുപോലെ രുചിപരമായ ഭക്ഷണമുണ്ടോ എന്നത് രുചിബോധത്തെ സംബന്ധിച്ച കാതലായ ഒരു പ്രശ്നമാണ്. എന്നാൽ ഒരു വീട്ടിലെ അംഗങ്ങൾക്കിടയിൽ തന്നെ രുചിപരമായ വൈവിധ്യം കാണാൻ കഴിയും. മാംസാഹാരത്തിന് എല്ലാവരെയും ഒരുപോലെ സ്വാധീനിക്കാൻ കഴിയുന്ന രുചിപരമായ സവി

ശേഷതയുണ്ടോയെന്നറിയാൻ ഒരിക്കൽ, തികച്ചും സാധാരണക്കാരനായ ഒരിന്ത്യൻ പൗരൻ ഒരു പരീക്ഷണം നടത്തി നോക്കി. ജീവിതത്തിലൊരിക്കലും മാംസാഹാരം കഴിച്ചിട്ടില്ലാത്ത ഒരാൾക്ക് ഹോട്ടലിലെ വിളമ്പുകാരന്റെ സഹായത്തോടെ പച്ചക്കറിയിൽ അല്പം ഇറച്ചിക്കറിയൊഴിച്ചുകൊടുത്തു. സസ്യഭുക്ക് അക്കാര്യം അറിഞ്ഞിട്ടില്ല. അദ്ദേഹം യാതൊരു ധർമ്മവ്യഥയും കൂടാതെ കറി ചോറിലൊഴിച്ച് കൂട്ടിക്കുഴച്ച് തിന്നുകയും ചെയ്തു. ഒരു മനുഷ്യന്റെ ചാരിത്ര്യശുദ്ധിയെയാകമാനം തകിടം മറിച്ച തികച്ചും പ്രതിലോമകരമായ ഒരു പരീക്ഷണമായിരുന്നു അത്. എന്നാൽ ദുഃഖകരമായ ഒന്നുസംഭവിച്ചു. പിറ്റേദിവസം അദ്ദേഹം വിളമ്പുകാരനോട് ഇന്നലെതന്നതുപോലെയുള്ള കറിവേണമെന്നു പറഞ്ഞ് ചോദിച്ചു വാങ്ങി ചോറിലൊഴിച്ച് കൂട്ടിക്കുഴച്ചുതിന്നു.

അപ്പോൾ അയാളെ മാംസാഹാരത്തിൽ നിന്നും വിലക്കി നിർത്തിയിരുന്നത് ഒരു സാംസ്കാരിക വിലക്ക് (cultural taboo) ആയിരുന്നു എന്നതാണ് ശരി. മാംസാഹാരം അയാളുടെ രുചിബോധത്തോടു കലഹിക്കുന്നതുകൊണ്ടല്ല. മനുഷ്യന്റെ പല അരുതായ്മകളും ഇങ്ങനെയാണ്. തുടങ്ങിവെക്കേണ്ട കാര്യമേയുള്ളൂ ഏത് അരുതായ്മയേയും നിഷ്പ്രഭമാക്കി മുന്നോട്ടുപോകുവാൻ മനുഷ്യനു കഴിയും. മുസ്ലീങ്ങളുടെ മദ്യപാനം പോലെയാണത്. മദ്യം വിലക്കപ്പെട്ടതായതു കൊണ്ട് പലരും കുടിക്കില്ല. എന്നാൽ കുടി തുടങ്ങിവെച്ചാൽ അവർ പിന്നെ അതിൽ മിടുക്കന്മാരായി മാറുന്നതായാണ് കണ്ടുവരുന്നത്.

സസ്യാഹാരം മാത്രം ശീലമാക്കിയ ഒരാളെ അയാളറിയാതെ പിടികൂടി അയാളുടെ നാക്കിൽ തന്നെ ഇരിപ്പുറപ്പിക്കാനുള്ള ശേഷി മാംസാഹാരത്തിനുണ്ടെന്നു വേണം മുൻപറഞ്ഞ പരീക്ഷണത്തിൽ നിന്നും മനസ്സിലാക്കാൻ. ഒരു പരീക്ഷണമെന്ന നിലയിൽ അത് വളരെ ലഘുവാണെങ്കിലും അതുണ്ടാക്കുന്ന സംശയങ്ങൾ ആഴത്തിലുള്ളതാണ്. ചില ഭക്ഷണവസ്തുക്കൾക്ക് അവയിൽതന്നെ ഉള്ളടങ്ങിയ രുചിയുണ്ടോ? ഉണ്ടെങ്കിൽ അതെങ്ങനെ വന്നു? ഏതോ ഒരു കാലത്ത് കറിക്കൂട്ടുണ്ടാക്കിയ ഒരു മനുഷ്യന്റെ (ഒരു സമൂഹത്തിന്റെ) രുചിബോധം തലമുറകളിലൂടെ സഞ്ചരിക്കുന്നുണ്ടോ? പ്രത്യേക രുചികൾ ഇഷ്ടമാവുന്നതിനുപിന്നിൽ ഏതെങ്കിലും ജനിതകനിയമങ്ങളുണ്ടോ? രുചിബോധത്തിന് വർഗ്ഗ, വർണ്ണ, മത, ജാതീയമായ അടിസ്ഥാനങ്ങളുണ്ടോ? എന്നീ ചോദ്യങ്ങളെല്ലാം അതുണർത്തുന്നു.

രുചി രുചികരമായ ഭക്ഷണത്തിൽ മാത്രം ഉള്ളടങ്ങിയ ഒരു പ്രതിഭാസമാണെങ്കിൽ ആ ഭക്ഷണത്തിന്റെ നിഷ്ക്രിയനായ ഒരു ആസ്വാദകൻ മാത്രമായി മനുഷ്യവ്യക്തിമാറുന്നു. വസ്തുവിന്റെ ഗുണങ്ങൾ വസ്തുവിൽ മാത്രം ഉള്ളടങ്ങിയ ഒന്നായിമാറുന്നു. ലോകത്ത് രുചികരമായതും അരുചികരമായതുമായ ഭക്ഷണ പദാർത്ഥങ്ങൾ, അതായത് ഭക്ഷണത്തിൽ ഒരു നായകനും പ്രതിനായകനും ഉണ്ടെന്നു വരുന്നു. മനുഷ്യലോകത്തെയും ജന്തുലോകത്തെയും ജൈവാജൈവസംയു

ക്തങ്ങളെയും സംബന്ധിച്ച നിയമങ്ങളെല്ലാം വളരെ ലളിതമായി മുന്നേറുന്നതാണെന്നു വരുന്നു. സൗന്ദര്യം 'സുന്ദരമായ വസ്തു' വിൽ മാത്രം ഉള്ളടങ്ങിയ വസ്തുവിന്റെ ഒരു ഗുണ വിശേഷമാണെന്നു വരുന്നു.

എന്നാൽ എല്ലാം തിരിച്ചാണു സംഭവിക്കുന്നത്. പലപ്പോഴും, (പലപ്പോഴും എന്നത് ഒരു ദാർശനിക പ്രശ്നമാണ്) രുചികരമായ ഭക്ഷണം രോഗാവസ്ഥയിലും മറ്റും അരുചികരമായിത്തീരാറുണ്ട്. വ്യക്തിയുടെ മാനസിക മാറ്റങ്ങളും ഭക്ഷണത്തിന്റെ രുചിയിൽ ഇടപെടുന്നു. എവിടെ ഇരുന്ന് ഭക്ഷിക്കുന്നു എന്നതുതന്നെ ഭക്ഷണത്തിന്റെ രുചിയെ സ്വാധീനിക്കുന്നതായി കാണപ്പെടുന്നുണ്ടല്ലോ. സൗന്ദര്യത്തിന്റെ കാര്യവും ഇങ്ങനെത്തന്നെയാണ്. ഒരിടത്ത് സുന്ദരമായത് മറ്റൊരിടത്ത് അസുന്ദരമായിരിക്കും. ചുണ്ട് മരപ്പലക വച്ച് വലുതാക്കി വിശറിപോലെയാക്കുന്നതും, കഴുത്ത് മുളങ്കുറ്റി വച്ച് നീട്ടുന്നതും, ചെവി തുളച്ച് ഊഞ്ഞാൽ പോലെ ഞാത്തിയിടുന്നതും, ദേഹത്താകമാനം പരമാവധി ചിത്രപ്പണികൾ ചെയ്യുന്നതുമെല്ലാം സൗന്ദര്യമായി കാണുന്ന ജനവർഗ്ഗങ്ങൾ ലോകത്തുണ്ട്. എന്നാൽ, എല്ലാ ജനവർഗ്ഗങ്ങൾക്കിടയിലും സാമാന്യമായ ചില രുചിബോധങ്ങളും, സൗന്ദര്യബോധവും ഉണ്ട് എന്നും മനസ്സിലാക്കണം.

രുചിയും മണവും ഇണപിരിയാത്ത കൂട്ടുകാരാണ്. അത്യധികം രുചികരമായ ആഹാരപദാർത്ഥത്തിന് ദുർഗന്ധമാണെങ്കിൽ രുചിയുടെ ചരിത്രത്തിൽ അത് പിന്തള്ളപ്പെടും. രുചി ദുർഗന്ധത്തെ കാലക്രമേണ സുഗന്ധമാക്കി മാറ്റുമെന്നതും ഓർക്കണം. മണമാണ് പലപ്പോഴും ഒരാളെ ഭക്ഷണത്തിലേക്കടുപ്പിക്കുന്നത്. ദുർഗന്ധമുള്ള സ്ഥലത്തിരുന്ന് രുചികരമായ ഭക്ഷണം രുചിയോടെ കഴിക്കാൻ മനസ്സിനെ പ്രത്യേക രീതിയിൽ പാകപ്പെടുത്തേണ്ടിവരും. മുലപ്പാലും അമ്മയുടെ വിയർപ്പിന്റെ ഗന്ധവും രഹസ്യമയമായ ഒരനുപാതത്തിൽ ചേർത്താണ് കുഞ്ഞ് കുടിക്കുന്നത്. അമ്മയുടെ മണമാണ് കുഞ്ഞിന് സുരക്ഷിതത്വബോധം നൽകുന്നത്. രുചിയെക്കാൾ പ്രാഥമികമായി ഗന്ധാനുഭവം വരുന്ന സന്ദർഭങ്ങളുണ്ട്. പേരയ്ക്കയുടെ മണത്തിലൂടെ മാനസികമായി ആ പഴം തിന്നുന്നവരിൽ ഒരാൾ ഗബ്രിയേൽഗാർഷിയ മാർക്കേസ് തന്നെയാണ്. പേരയ്ക്കയുടെ മണം എന്ന പേരിൽ ഒരു പുസ്തകവും അദ്ദേഹം എഴുതിയിട്ടുണ്ട്. അരക്കറ്റാക്കയുടെ വെയിലിന്റെ ഗന്ധം അദ്ദേഹത്തിന് പേരയ്ക്കയുടെ മണമാണ്. ഭൂതകാലത്തെ പെട്ടെന്ന് മനസ്സിലേക്കു കൊണ്ടുവരാനുള്ള അത്ഭുതകരമായ ശേഷി പേരയ്ക്കയുടെ മണത്തിനുണ്ട്. ഗന്ധങ്ങളുടെ കാര്യം അങ്ങനെയാണ്. ഒരു ഫീഡിങ് ബോട്ടിലിൽ ഒഴിച്ച് മുലപ്പാൽ കൊടുത്താൽ കുഞ്ഞിന്റെ ആസ്വാദ്യതയിൽ വരുന്ന മാറ്റം ശ്രദ്ധേയമാണല്ലോ.

പഴയ കാലത്തെ ഭക്ഷണ പദാർത്ഥങ്ങൾക്കു മാത്രമെ രുചിയുള്ളു എന്ന ഒരു വാദം ഗൃഹാതുരതയെ മുൻപിൻ നോക്കാതെ പുകഴത്തുന്നവർക്കുണ്ട്. ഗൃഹാതുരതയെന്നത് മനശ്ശാസ്ത്രചികിത്സയിലെ റീബെർത്ത് തെറാപ്പിയിലൂടെ ചികിത്സിച്ചു മാറ്റേണ്ട ഒരു രോഗമായി ചില

പ്പോഴൊക്കെ വരുന്നുണ്ട്. പഴമയെ ആദർശമായി കൊണ്ടുനടക്കുകയും പുതിയ എല്ലാ സൗകര്യങ്ങളും ഉപയോഗിക്കുകയും ചെയ്യുന്നവരാണ് ഗൃഹാതുരതയുടെ പല ആരാധകരും. മഴയത്ത് ചേമ്പിലചൂടി നടന്നതൊക്കെ മഴമാറിയാലേ രസകരമായി തോന്നുകയുള്ളൂ. കേരളത്തിലെ ചില ചിത്രകാരന്മാർക്ക് പ്രകൃതി ദൃശ്യം വരക്കുമ്പോൾ പതിവുപോലെ അതിൽ ഒരു ചെറ്റപ്പുരയുണ്ടായിരിക്കണമെന്നത് നിർബ്ബന്ധമാണ് ആ ചെറ്റപ്പുരയിൽ കിടക്കുന്നയാൾക്ക് പല അസൗകര്യങ്ങളുമുണ്ട് എന്ന കാര്യം ചിത്രകാരന് അറിയേണ്ടകാര്യമില്ല. ലോകത്ത് പല കാര്യങ്ങളുമങ്ങനെയാണ്. ചിലരുടെ അസൗകര്യമാണ് മറ്റുചിലരുടെ സൗകര്യം.

കേരളത്തിന്റെ തനതു രുചി എന്നൊക്കെ കേൾക്കുമ്പോൾ ചില കാര്യങ്ങൾ ഓർക്കേണ്ടതുണ്ട്. കാപ്പിയുടെ രുചിപോലും കേരളീയമല്ല. പുറത്തു നിന്നും വന്നതാണ്. ഏതോ കാട്ടിൽ ജനിച്ചു വളർന്ന ഒരു ചെടിയുടെ കായ് പല ജനതകളിലൂടെ, പല സംസ്കാരങ്ങളുടെ പലതരം വിനിമയങ്ങളിലൂടെ, നാം കണ്ടിട്ടില്ലാത്ത പല നാക്കുകളുടെ രുചിബോധങ്ങളിലൂടെ സഞ്ചരിച്ച് ഒടുവിൽ നമുക്കു മുന്നിൽ ഒരു ഭക്ഷണവസ്തുവായി മാറുന്നതുതന്നെ എത്ര അതിശയകരമാണ്. ചെറുപ്പത്തിൽ സന്തോഷത്തോടെ പനിച്ചു കിടന്നതിന്റെ സ്മരണയാണ് കാപ്പിയുടെ മണം കൊണ്ടുവന്നുതരുന്നത്.

മനുഷ്യന്റെ രുചിബോധം ഏതെങ്കിലും ചില ഭക്ഷണവസ്തുക്കൾക്കു ചുറ്റും കറങ്ങിക്കൊണ്ടിരിക്കേണ്ടതില്ല. ഇന്ന് പുതിയത് എന്നു പറയുന്നവയാണ് കുറേകാലം കഴിയുമ്പോൾ പഴയതാവുന്നത്. ഒരു സംഗീതജ്ഞൻ രാഗപദ്ധതികളെ കീഴ്മേൽമറിച്ച് പുതിയ ഈണങ്ങളും താളങ്ങളുമുണ്ടാക്കുന്നതുപോലെ ഒരു പാചകക്കാരനും തന്റെ കലയിൽ പരീക്ഷണങ്ങൾ നടത്തി പുതിയ രുചിഭേദങ്ങൾ സൃഷ്ടിക്കാനവകാശമുണ്ട്.

എന്നോ കേട്ട, ഇടിമിന്നലുകളും കൊടുങ്കാറ്റും നിറഞ്ഞ ഒരു രാത്രിയുടെ ഓർമ്മ ബിഥോവനിലൂടെ ഒരു സിംഫണിയായി പിറന്നതുപോലെ എവിടെയോ ഉള്ള ഏകാകിയായ ഒരു പാചക കലാകാരന്റെ നാക്കറിഞ്ഞ ഒരു രുചി ഈ ലോകത്തിന്റെ മുഴുവൻ രുചിബോധത്തെയും നിർണ്ണയിക്കുന്നുണ്ടെങ്കിൽ എത്ര മഹത്തായ സാഹോദര്യമാണ് അതുണ്ടാക്കുക. നക്ഷത്രങ്ങളൊന്നുമില്ലാത്ത ഒരേകാന്ത രാത്രിയിൽ ആകാശത്തിന്റെ ഏതോ ഒരു രഹസ്യത്തിലൂടെ പാടിയകന്നലഞ്ഞു പോയ ഒരു പക്ഷിയുടെ സ്വരം തന്റെ പിയാനോവിലൂടെ പിടിച്ചെടുക്കാനുഴറുന്ന ഏകാകിയായ ഒരു സംഗീതജ്ഞന്റെ ദൗത്യത്തിനു തുല്ല്യം തന്നെയാണതും.

•

സുഗന്ധമുള്ള വിലങ്ങ്

സാങ്കേതികവിദ്യ വളരുമ്പോൾ അതുപയോഗിച്ച് നിർമ്മിക്കപ്പെടുന്ന ഉപകരണങ്ങൾ അവയുടെ രൂപത്തിൽ ചെറുതാവുന്നു. വലിയ ഒരു ലോകത്തെ ഒരു ചെറുപേടകത്തിലേക്ക് എങ്ങനെ സാന്ദ്രീകരിക്കാമെന്നതാണ് ടെക്നോളജിയുടെ ഒരു ചിന്ത. ടെക്നോളജി വളരുമ്പോൾ ഉപകരണങ്ങൾ ചെറുതാകുന്നത് അതുകൊണ്ടാണ്.

ഉപകരണങ്ങൾ ചെറുതാവുമ്പോൾ ഉപയോഗിക്കുന്ന മനുഷ്യന്റെ ബോധഘടനയിലും ചിലത് സംഭവിക്കുന്നുണ്ട്. നിലകൊള്ളാൻ വലിയ ഒരു മേശതന്നെ ആവശ്യമുള്ള പഴയ റേഡിയോക്കുപകരം കുപ്പായക്കീശയിൽ കൊണ്ടുനടക്കാൻ കഴിയുന്ന റേഡിയോ വരുമ്പോൾ നമ്മുടെ വിചാരങ്ങളിൽ ചിലതു സംഭവിക്കുന്നുണ്ട്. എനിക്കപ്പുറം ഒന്നുമില്ലെന്ന ഏകാകിതയിലേക്ക് കാര്യങ്ങൾ നീങ്ങുന്നു. 'ഞാൻ തന്നെ ബ്രഹ്മം' എന്ന വേദാന്തിയുടെ കാരുണ്യപൂർണ്ണമായ പ്രപഞ്ചദർശനത്തിന്റെ ഒരു ആധുനികരൂപം ബോധഘടനയിൽ സ്ഥാനം പിടിക്കുന്നത് ഇങ്ങനെയാണ്: 'എനിക്ക് മറ്റുള്ളവരെ ആവശ്യമില്ല. എന്നിൽ കൊണ്ടുനടക്കാവുന്ന കുറെ വസ്തുക്കൾ തന്നെയാണ് ഞാൻ. എന്റെ ശരീരത്തിൽ തന്നെ ലോകത്തെ ഞാൻ കൊണ്ടു നടക്കുന്നു. മനുഷ്യന്റെ ആദിമമായ സംഘബോധത്തിന്റെ ഗോത്രനന്മകൾ അലഞ്ഞകലുന്നതിന്റെ ഒരു ചിത്രം ഇവിടെയുണ്ട്. വൃത്തികെട്ട ഒരു സ്വകാര്യതയിലേക്ക് മനുഷ്യൻ ആയിത്തീരുന്നു എന്നതാണ് ഇതുകൊണ്ടുണ്ടാകുന്നത്.

ഒരു മേശക്കുചുറ്റും ആളുകളെ ഇരുത്തുന്ന ഒരു ഉപകരണം പിന്നീട് വ്യക്തിയുടെ സ്വകാര്യതയായിത്തീരുന്നു എന്നതിനർത്ഥം ഒരുവന്റെ ശരീരത്തിലേക്ക് ലോകം സംഗ്രഹിക്കപ്പെടുന്നുവെന്നാണ്. ടെക്നോളജിയുടെ വികാസം ഓരോരുത്തരെയും ഓരോ ചെറുലോകമാക്കി

മാറ്റുന്നു. ആധുനിക സാങ്കേതികവിദ്യ വലുപ്പങ്ങളെ ചെറുതാക്കുകയും ചെറുപ്പങ്ങളെ ശക്തിയാക്കുകയും ചെയ്യുന്നു. ഹിമാലയത്തെ എങ്ങനെ കൊച്ചു കുന്നുകളാക്കാം എന്നതാണ് ആധുനിക ലോകത്തിന്റെ ഒരന്വേഷണം.

ആയുധങ്ങളുടെ രൂപത്തിലും ഇതുതന്നെ സംഭവിക്കുന്നു. വലിയ ഒരു തോക്ക് കൈവശം കൊണ്ടുനടക്കുന്നവൻ അതുകൊണ്ടുതന്നെ, ആയുധത്തിന്റെ സാന്നിദ്ധ്യം കൊണ്ടുതന്നെ നമ്മുടെ കണ്ണിൽ ഹിംസകനോ, നമുക്കു മുകളിലെ അധികാരിയോ ദൈവരൂപമോ ആണ്. എന്നാൽ ശക്തവും അതേ സമയം തന്നെ ചെറുതുമായ ഒരായുധം അതു കൈവശം കൊണ്ടുനടക്കുന്നവനിൽ നിന്ന് ഒന്നും തെളിവ് തരുന്നില്ല. അയാൾ ആയുധത്തെ തന്നിൽ ലയിപ്പിക്കുകയും ആൾക്കൂട്ടത്തിൽ സാധാരണക്കാരനായി, ഒരുപക്ഷെ, രക്ഷകന്റെ മുഖഛായയുള്ള ഒരുവനായി നടക്കുകയും നമ്മൾ ഓർത്തിരിക്കാത്ത ഒരു നിമിഷത്തിൽ നമ്മെ അകപ്പെടുത്തുകയും ചെയ്യുന്നു. ഇത് ആധുനികനാഗരികതയുടെ ഒരു സ്വഭാവം കൂടിയാണ്. പ്രവാചക മുഖമുള്ള ഹിംസയുടെ ലോകമാണ് ആധുനികലോകം. അത്തരമൊരു ലോകത്ത് നമ്മൾ ആരെയും തിരിച്ചറിയുന്നില്ല. ഒരു സംഭവം ഒന്നും തെളിയിക്കുന്നില്ല. തെളിവുകൾ അവശേഷിപ്പിക്കാതെ അപരനെ വകവരുത്തുകയെന്നതാണ് ഒരു കൊലപാതകിയുടെ തൊഴിൽ സാമർത്ഥ്യം. ആധുനികനാഗരികതയും ഈയൊരു വഴിയിലാണ്. ചെറുതുകൊണ്ട് വലുതിനെ നേരിടാനുള്ള ശക്തിയാണ് ടെക്നോളജിയുടെ സാധ്യതകളിലൂടെ ആധുനികലോകം നേടിയെടുത്തിരിക്കുന്നത്.

എല്ലാ രുചികളും നൽകി അഭിരുചിയെ ഇല്ലാതാക്കുകയെന്നതും എല്ലാ അനുഭവങ്ങളും സാധ്യമാക്കിക്കൊണ്ട് അനുഭവത്തെ നാടുകടത്തുകയെന്നതും ആധുനികനാഗരികതയുടെ ലക്ഷ്യമാണ്. ഏതനുഭവത്തെയും നിസ്സാരമാക്കുകയെന്നതു തന്നെയാണ് ഇവിടെ സംഭവിക്കുന്നത്. മഹാഭാരതമടക്കമുള്ള ഇതിഹാസങ്ങളിലെല്ലാം ഇരമ്പി നിൽക്കുന്ന അനുഭവം യുദ്ധാനുഭവമാണല്ലോ. യുദ്ധം കാണുകയെന്നതാണ് ലോകത്തിലെ ഉന്നതാനുഭവങ്ങളിലൊന്ന്. യുദ്ധം ഹിംസയുടെ ലാവണ്യരൂപമാണ്. യുദ്ധത്തിൽ, അളന്നുമുറിച്ച വിലാപങ്ങളും അഭ്യസ്തമായ വീഴ്ചകളും പട്ടാളക്കാരിലും, അശാസ്ത്രീയവും അനാഗരികവുമായ നിലവിളികൾ യുദ്ധത്തിന്റെ മറ്റിരകളിലും നാം കാണുന്നു. ഇതെല്ലാം കഴിഞ്ഞ ഗൾഫ് യുദ്ധകാലത്ത് ഒരു മുറിക്കുള്ളിലിരുന്ന് ടെലിവിഷനിൽ ആളുകൾ കണ്ടു. യുദ്ധം വിവരിച്ചുകൊടുക്കുന്ന ഒരു സഞ്ജയന്റെ സാംഗത്യം ഇപ്രകാരം പരിഹരിക്കപ്പെടുന്നു. എല്ലാ കളികളും കാണുന്നതുപോലെ യുദ്ധവും കാണാൻ ശീലിപ്പിക്കുകയെന്നത്, ഒരു ടെലിവിഷൻ ക്യാമറക്കുമുന്നിൽ യുദ്ധം നടത്തുകയെന്നത് ആധുനികനാഗരികതയുടെ ഒരു 'വിജയ'മാണ്. മഹാഭാരതത്തെയും ഗ്രീക്ക് ഇതിഹാസങ്ങളെയും ചലിപ്പിച്ച മനുഷ്യാനുഭവങ്ങളെ വിശ്രാ

ന്തി നൽകുന്ന ദൃശ്യബിംബങ്ങളാക്കി മാറ്റാൻ ഇന്ന് ദൃശ്യമാധ്യമങ്ങൾക്കു കഴിയുന്നു.

വാർത്താവിനിമയ മാധ്യമങ്ങളുടെ വികാസങ്ങളിലൂടെ ലോകം ഒന്നായിത്തീരുകയും ഒരു ഏകലോകം സംഭവിക്കുകയും മനുഷ്യർ സമുദ്രങ്ങളുടെയും വൻകരകളുടെയും ഗൃഹഭിത്തികൾ ഭേദിച്ച് സൗഹൃദത്തിന്റെ ഉൽസവം ആഘോഷിക്കുകയും ചെയ്യുമെന്ന് വിശ്വസിച്ചവരുണ്ട്. വാർത്താവിനിമയരംഗത്തുണ്ടായ മുന്നേറ്റങ്ങളിൽ ചിലർ ദർശിച്ചത് ലോകം ഒരു കുടുംബമായിത്തീരുന്ന ഒരു സുന്ദരദൃശ്യമാണ്. ആ ദൃശ്യം ഇന്ന് അത്രയൊന്നും പ്രത്യേകതയില്ലാത്ത ഒരു കാവ്യബിംബം മാത്രമാണ്.

ഒരു പക്ഷെ, മനുഷ്യന്റെ ഏറ്റവും വലിയ സാദ്ധ്യത നിന്നെപ്പോലെ നിന്റെ അയൽക്കാരനെ സ്നേഹിക്കുകയെന്ന ക്രിസ്തുവിന്റെ സുവിശേഷമാണ്. വാർത്താവിനിമയ മുന്നേറ്റങ്ങളിലൂടെ ലോകം ഭൗതികമായി ഒന്നായിത്തീരുമ്പോഴും ക്രിസ്തുവിന്റെ സുവിശേഷം മഹത്തായ ഒരപ്രായോഗികതയായിത്തന്നെ തുടരുന്നു. പ്രവാചകന്മാരുടെ വാക്കുകൾ മനുഷ്യരെ സ്പർശിച്ചിരുന്നെങ്കിൽ, ക്രിസ്തുവിന്റെ സുവിശേഷം മനുഷ്യരക്തത്തിന്റെ നിലവിളിയായി മാറിയിരുന്നുവെങ്കിൽ മനുഷ്യവർഗ്ഗത്തിന്റെ ഗാനപൂർവ്വമായ ഐക്യം സാധ്യമാവുമായിരുന്നു. എന്നാൽ, അതിനാവശ്യമായ മനോഗ്രന്ഥികൾ മനുഷ്യന്റെ ജൈവഘടനയിലില്ലെന്ന് മനുഷ്യവർഗ്ഗം യുദ്ധങ്ങളിലൂടെ നിരന്തരം തെളിയിച്ചു കൊണ്ടിരിക്കുന്നു.

ഏതാണ്ടെല്ലാ പ്രഭാഷണങ്ങളും അവസാനിക്കുക മനുഷ്യവർഗ്ഗത്തോട് സ്നേഹത്താൽ ഒന്നാവാൻ പറഞ്ഞുകൊണ്ടാണ്. എല്ലാ സാഹിത്യകൃതികളും ഒന്നിക്കുന്നത് പ്രശസ്തമായ ആ 'മനുഷ്യസ്നേഹ'ത്തിൽ ഊന്നുന്നിടത്താണ്. എങ്കിലും യുദ്ധങ്ങൾ വീണ്ടും ജനപദങ്ങൾക്കു മുകളിൽ ഇരമ്പിവീഴുന്നു.

മനുഷ്യഭാഗധേയത്തെക്കുറിച്ച് വിഷാദഭരിതവും അപ്രസന്നവുമായ ദർശനം അവതരിപ്പിച്ച സിഗ്മണ്ട്ഫ്രോയിഡും വികാരങ്ങളുടെ സമാനതയാൽ മനുഷ്യർ ഐക്യപ്പെടാനിടയുണ്ടെന്ന് വിശ്വസിച്ചു. എന്നാൽ, രക്തത്തിലൂടെ ലോകം വീണ്ടും മുന്നേറുന്നു. മനുഷ്യന്റെ നിദ്രയ്ക്കു മുകളിൽ സർപ്പങ്ങളെപ്പോലെ ഉണർന്നിരിക്കുന്നവരും മനുഷ്യസ്നേഹം അംഗീകരിക്കുന്നവരും യുദ്ധത്തെ എതിർക്കുന്നവരുമാണെന്ന് ഓർക്കുക.

എന്നിട്ടും എന്തുകൊണ്ട് ലോകം ഹിംസയുടെ രക്തവൃത്തം വീണ്ടും പൂർത്തിയാക്കുന്നുവെന്നത് നീതിമാന്റെ അനശ്വരമായ സംശയമാണ്. നരമേധത്തിനുശേഷം ഭാരതത്തിലെ ഒരു ചക്രവർത്തി സ്ഥാപിച്ച അഹിംസാ തത്ത്വം നമുക്ക് പരിചയമുണ്ട്. കലിംഗയിലെ വൻകുരുതിയും പിന്നെ ബുദ്ധമതവും എന്നത് ചരിത്രത്തിന്റെ ഒരു നിയമമാണ്. ഇതെന്നത്തെയും നിയമമാകുമോ എന്നതാണ് ഒരു ചിന്താവിഷയം.

എല്ലാ പട്ടാളക്കാർക്കും തോക്കിന്റെ ഭാരം അനുഭവപ്പെട്ടാൽ യുദ്ധം അവസാനിക്കും. എന്നാൽ, എല്ലാ ഭാരങ്ങളെയും സുഖകരമായ ഭാരമാക്കിമാറ്റാൻ മനഃശാസ്ത്രത്തിലെ ചില പ്രയോഗമുറകൾക്കു കഴിയും. യുദ്ധമനഃശാസ്ത്രം അതിനു വേണ്ടിയുള്ളതാണ്. വ്യക്തിയുടെ സ്വപ്നങ്ങളേയും സ്മരണകളേയും വർത്തമാനകാലത്തിന്റെ നിശിത വേഗങ്ങളിൽ മറവുചെയ്യുകയെന്നതാണ് ഒരുവനെ പടയാളിയാക്കി മാറ്റുന്നതിന്റെ മുന്നുപാധി. യുദ്ധമനഃശാസ്ത്രം പട്ടാളക്കാരന്റെ ചിന്തകളെയും സ്വപ്നങ്ങളെയും നാടുകടത്തുന്നത് അവനെ 'തിരക്കുപിടിച്ചവനാക്കി'ക്കൊണ്ടാണ്. യുദ്ധം കൊണ്ട് അസ്വസ്ഥരായ പട്ടാളക്കാരെ, യുദ്ധഭീതിയാൽ ഒറ്റ ദിവസം കൊണ്ട് തലമുടി മുഴുവൻ നരച്ചുപോയ പട്ടാളക്കാരെ, യുദ്ധോദ്യുക്തരാക്കുന്നതിന് പട്ടാള ഡോക്ടർ പറയുക: അവരെ തിരക്കുപിടിച്ചവരാക്കുക (keep them busy) എന്നാണ്. പടയാളിക്ക് സ്മരണകൾ അരുത്. മനഃശാസ്ത്ര ചികിത്സയിൽ ഇത് ബി.സി. 500 ാം ആണ്ടിൽ തന്നെ ഗ്രീക്ക് ഭിഷഗ്വരന്മാർ പരീക്ഷിച്ച തൊഴിൽ ചികിത്സ (Occupational Therapy)യുടെ ഭാഗമാണ്. ഇന്ന് ഓരോ വ്യക്തിയും പരോക്ഷമായി ഇത്തരം ഒരു 'ചികിത്സ'യുടെ ഇരയാണ്.

പടയാളികളെ ചിന്തിക്കാൻ അനുവദിക്കാതിരിക്കുകയെന്നതാണ് ഒരു വഴി. അതിനുവേണ്ടി അവരെ നിരന്തരം യുദ്ധോപകരണങ്ങളുമായി ഇടപഴകാൻ അനുവദിക്കുന്നു. പട്ടാളക്കാർ യുദ്ധസ്ഥലത്തെത്തിയാൽ യുദ്ധം നടക്കുന്നതിനു മുമ്പ് യുദ്ധം ചെയ്തു കളിക്കുക പതിവാണ്. സ്വപ്നം കാണുന്ന പടയാളിയെ വേട്ടയാടാൻ അയയ്ക്കുകയാണ് മറ്റൊരു വഴി. ഇതു പിന്നീട് മനുഷ്യരെ വേട്ടയാടാൻ വേണ്ടിയാണ്. കഴിഞ്ഞ ഗൾഫ് യുദ്ധകാലത്ത് സൗദി മരുഭൂമി ഇത്തരം ഒരു 'കളിസ്ഥലം' കൂടിയായിരുന്നു.

പട്ടാളക്കാരെ സ്മരണകൾ പിടികൂടുമ്പോൾ യുദ്ധം ഒരു പ്രതിസന്ധിയിലാവുന്നു. ഒരുപക്ഷെ, മനുഷ്യന്റെ യഥാർത്ഥ സംസ്കാരം സ്മരണയുടെ അടരുകളിലാണ്. യുദ്ധത്തിനിടയിൽ സ്മരണകൾ ഒരു സജീവഘടകമാകുമ്പോൾ ആയുധങ്ങൾക്കു ലക്ഷ്യം പിഴക്കുന്നു. യുദ്ധം ആകെയൊന്നു സംശയിക്കുന്നു. പടയാളി യുദ്ധത്തിനിടയിൽ അമ്മയെ, അനുജനെ ഒരിക്കൽ താൻ കണ്ടുമുട്ടിയ ഏകാകിയായ ഒരു പക്ഷിയെ ഓർക്കുമ്പോൾ അടുത്ത മലഞ്ചെരുവിൽ നിന്നുള്ള രഹസ്യം നിറഞ്ഞ ഒരു വെടിയുണ്ടയാൽ അവൻ അവസാനിക്കുന്നു. സ്മരണ ഇവിടെ മരണമാണ്. എന്നാൽ എല്ലാ പട്ടാളക്കാരും ഇങ്ങനെ ഓർക്കുമ്പോൾ യുദ്ധം തന്നെ അവസാനിക്കുന്നു. എന്നാൽ, അതൊരിക്കലും സംഭവിച്ചിട്ടില്ല. എന്തുകൊണ്ട് എല്ലാ മനുഷ്യരും ഒരുപോലെ ചിന്തിക്കുന്നില്ല; എന്തുകൊണ്ട് രക്ഷകന്റെ മനസ്സ് സമൂഹത്തിന്റെ മനസ്സായി മാറുന്നില്ല എന്നത് മനുഷ്യന്റെ ഒരു വിശുദ്ധ സങ്കടമാണ്.

മനുഷ്യനെ സ്മരണകളിൽ നിന്നും വികാരങ്ങളിൽ നിന്നും നാടുക

ടത്തിക്കൊണ്ടാണ് എല്ലാ യുദ്ധങ്ങളും ജയിക്കുന്നത്. ഉപഭോഗാസക്തിയുടെ സ്വപ്നങ്ങളിൽ അലയുന്ന ആധുനിക നാഗരികതയും ഈയൊരു വഴിയിലാണ്. മനുഷ്യാത്മാവിനു മുകളിൽ വസ്തുക്കളുടെ ഭരണമേർപ്പെടുത്തിക്കൊണ്ട്, എല്ലാ മനുഷ്യരേയും തിരക്കുപിടിച്ചവരാക്കിക്കൊണ്ട്, വേഗതയെ ജീവിതാദർശമാക്കിക്കൊണ്ട് ആധുനിക നാഗരികത എല്ലാവരെയും ഒരു അദൃശ്യയുദ്ധത്തിലെ പടയാളികളാക്കി മാറ്റുന്നു. സമൂഹത്തിലെ അധികം പേരെയും ഈ യുദ്ധത്തിന്റെ ഇരകളാക്കിമാറ്റിക്കൊണ്ട് ചിലർ അവർക്കാവശ്യമുള്ള ലോകം നിർമ്മിക്കുന്നു എന്നതാണ് ഇവിടത്തെ തിന്മ. വസ്തുക്കളുടെ സൗഭാഗ്യമനുഭവിക്കുന്നവർക്ക് ഇത് സുഖകരമായ ഒരു തിന്മയാണ്. തിന്മയുടെ ഒരു പ്രത്യേകത അതൊരിക്കലും ഏകാന്തമല്ല എന്നതാണ്. തിന്മയും മനുഷ്യനെ ആനന്ദിപ്പിക്കുന്നുണ്ട്.

വേഗതയേയും ഉപഭോഗാസക്തിയേയും മാതൃകയാക്കുന്ന ആധുനിക സംസ്കാരം മനുഷ്യശരീരത്തെയാണ് യഥാർത്ഥത്തിൽ പ്രതിനിധീകരിക്കുന്നത്. മനുഷ്യശരീരം എപ്പോഴും ആനന്ദാവസ്ഥയാണ് ആഗ്രഹിക്കുന്നത്. സ്വസ്ഥതയുടെ വർത്തമാനകാലം ആണ് മനുഷ്യശരീരത്തിന്റെ ആദർശം. ശരീരത്തിന്റെ ഈ വർത്തമാനകാലത്തിനു മുകളിലാണ് മനസ്സിന്റെ മറ്റുരണ്ട് കാലങ്ങളായ ഭൂതവും ഭാവിയും സംസ്ക്കാരശക്തിയാർജ്ജിക്കുന്നത്. 'ഇന്ന്' 'ഇപ്പോൾ' എന്നതാണ് ഉപഭോഗസംസ്കാരത്തിന്റെയും ലിപി രൂപം. ഇത് ശരീരത്തിന്റെ ഒരു ആദർശമാണ്. അതുകൊണ്ടുതന്നെ ആധുനിക നാഗരികതക്കെതിരായ കലഹം ശരീരത്തിനെതിരെയുള്ള ആത്മാവിന്റെ കലഹം പോലെ രക്തരൂക്ഷിതമാണ്.

ഈ ലോകം നിന്റേതാണെന്ന്, ഏതാനും ചില ഉല്പന്നങ്ങളും നീയും ചേർന്നാൽ പൂർണ്ണതയായെന്ന്, നീ ഏകാകിയായ ഒരു അന്വേഷകനാണെന്ന് ഒരുവനെ വിശ്വസിപ്പിച്ചുകൊണ്ടാണ് കമ്പോളസംസ്കാരം അതിന്റെ വഞ്ചന തുടരുന്നത്. തൊട്ടടുത്തുള്ള ഒരു 'സ്വിച്ചിൽ' വിരലമർത്തിയാൽ നമുക്കാവശ്യമുള്ള വെളിച്ചമുണ്ട്, അതുകൊണ്ട് വെളിച്ചം നമ്മുടെ വരുതിയിലാണെന്ന് നാം വിശ്വസിക്കുന്നു. ഇത് സുഖകരമായ ഒരു വിശ്വാസമാണ്. ജനാധിപത്യത്തിന്റെ 'സ്വാതന്ത്ര്യം' അനുഭവിക്കുന്ന നമ്മൾ എല്ലാ നിയന്ത്രണങ്ങളും നമ്മുടെ കൈകളിലാണെന്ന് വിശ്വസിക്കുന്നു. എന്നാൽ ചിലപ്പോൾ നാം സ്വിച്ചമർത്തിയാലും വെളിച്ചമില്ല. നമ്മുടെ നിയന്ത്രണാധികാരം ഒരു മിഥ്യയെ നിയന്ത്രിക്കാനുള്ള അധികാരമാണെന്ന അറിവിന്റെ ഒരു നിഴൽ ഇപ്പോൾ നമുക്കുണ്ടാകുന്നു. വെളിച്ചത്തിന്റെ യഥാർത്ഥപ്രഭവം അകലെയെവിടെയോ ആണെന്ന് നാം അറിയുന്നു. ഓർത്തിരിക്കാത്ത ഒരു നിമിഷം എല്ലാ വെളിച്ചങ്ങളും കെടുന്നു. വെളിച്ചത്തിന്റെ രാജവീഥിയിലൂടെ നിർഭയം സഞ്ചരിക്കുന്നവന് ഇതൊരു ഭയമാണ്. എല്ലാ ഭയങ്ങളും മനുഷ്യനെ ഒന്ന്

ഞെട്ടിച്ചതിനുശേഷം യാഥാർഥ്യത്തിലേയ്ക്കുണർത്താൻ വേണ്ടിയുള്ളതുമാണ്. എന്നാൽ ഉപഭോഗസംസ്കാരത്തിന്റെ മായക്കാഴ്ചകളിൽ നഷ്ടപ്പെട്ട ഒരുവന് ഇത് തന്നെ അലട്ടുന്ന ഒരറിവായിത്തീരുന്നില്ല. കാരണം തൊട്ടപ്പുറത്ത് തന്റെ ശരീരത്തെ ആനന്ദിപ്പിക്കുന്ന വസ്തുക്കളുടെ പ്രലോഭനമുണ്ട്.

മുതുകിൽ ചൂരലുകൊണ്ടടിച്ച് വേദനയിലൂടെ വേദനയെ തൊഴിച്ചു മാറ്റാൻ ശ്രമിക്കുന്ന ഒരു ജൈനസന്യാസിയുടെ ആത്മാവിന്റെ സാഹസങ്ങൾ മറ്റൊരു രീതിയിൽ ഇന്ന് നഗരത്തെരുവിലൂടെ നടന്നുപോകുന്ന ഒരുവന് അനുഭവിക്കേണ്ടതുണ്ട്. ലോകം ശരീരത്തെ മദിപ്പിക്കുന്ന ഒരു ചിത്രകംബളമായി എവിടെയും അവനെ കാത്തിരിക്കുന്നു. വസ്തുക്കളുടെ പ്രലോഭനത്തെ ചെറുത്ത് കുറച്ചുദൂരം പിന്നിടുമ്പോൾ തന്നെ അനേകം പ്രവാചകജന്മങ്ങൾ അവൻ ജീവിച്ച് തീർക്കുന്നു. പ്രവാചകത്വം ഇവിടെ വളരെ ക്ഷണികമാണ്. ഒരുപക്ഷെ, അല്പായുസ്സുകളായ ഇത്തരം മഹത്വമില്ലാത്ത പ്രവാചകന്മാരുടെ ലോകമാണ് ഉപഭോഗസംസ്കാരത്തിന്റെ ഭാരമനുഭവിക്കുന്ന ആധുനികലോകം.

ഇതൊരു സമ്മർദ്ദിത നാടകവേദിയാണ്. ഈ നാടകവേദിയിലകപ്പെട്ട ഒട്ടുമിക്ക ആളുകൾക്കും തങ്ങളെ വലയംചെയ്യുന്ന ബന്ധനങ്ങളെക്കുറിച്ചറിയാമെന്നതാണ് ഇതിന്റെ ഒരു സവിശേഷത. എന്നാൽ ഇതിൽ നിന്നുംമുക്തി പ്രാപിക്കുകയെന്നത് ഒരുവന് തന്റെ ശരീരത്തിൽ നിന്നും സ്വതന്ത്രനാവുകയെന്നതുപോലെ പ്രയാസകരമാണ്. വിലങ്ങിനെക്കുറിച്ച് എല്ലാവർക്കുമറിയാം. എന്നാൽ അത് സുഗന്ധമുള്ള വിലങ്ങാകുന്നു.

•

പുതിയ നാടോടി

വാർത്താവിനിമയ സാധ്യതകൾ ഇന്നത്തെപ്പോലെ മുന്നേറുന്നതിന് മുമ്പ് ഞാൻ ഇവിടെയുണ്ട് എന്നു പറയാൻ ഒരാൾക്ക് പലതരം ചിഹ്ന ങ്ങളെയും അടയാളങ്ങളെയും ഉപയോഗിക്കേണ്ടതുണ്ടായിരുന്നു. കട ലിലൂടെ അപാരമായ ഒരാത്മവിശ്വാസത്തോടെ വരുന്ന കപ്പൽ യുദ്ധം ജയിച്ചു വരികയാണോ അല്ലയോ എന്നറിയാൻ കപ്പലിലുള്ളവർക്ക് ഒരു പക്ഷിയെ പറത്താം. കരയിൽ നിൽക്കുന്നവർക്ക് അതിന്റെ അർ ത്ഥം മനസ്സിലാവണമെന്നുമാത്രം. പക്ഷിയെ പറത്തുന്നത് ഒരടയാള മാണ്. ഒരടയാളം അത് കാണുന്നയാളും പ്രയോഗിക്കുന്നയാളും തമ്മി ലുള്ള മുൻ ധാരണയുടെ ഫലമായിട്ടാണ് ലക്ഷ്യം കാണുക. ജന്തുലോകത്ത് അടയാളങ്ങളുടെ ഉത്സവമാണ്. സിംഹത്തെ വേട്ടയാ ടാനുറച്ച വേട്ടക്കാരനെ ചിലപ്പോൾ സഹായിക്കുക മാനുകളുടെ കൊ മ്പിന്റെ ചലനമാണ്. ഇരയെ നോക്കി ശത്രുവിന്റെ നീക്കങ്ങളറിയാൻ ഒരു വേട്ടക്കാരനു കഴിയും. അത് അടയാളങ്ങളുടെ ഒരു സാധ്യതയാണ്. ജന്തുലോകം പ്രകൃതിയെ നിഷ്കളങ്കമായി പകർത്തുന്നതുകൊണ്ട് ഒരു കാടിനെ പഠിച്ചാൽ അതിനുള്ളിലെ ജന്തുക്കളുടെ ദിനചര്യയും മനസ്സിലാകും. കാരണം കാട് ഒരു കാട്ടുമൃഗത്തിന്റെ ശരീരത്തിന്റെ തുടർച്ച തന്നെയാണ്. കാട് പലപ്പോഴും ആശയവിനിമയം നടത്തുക മൃഗത്തിലൂടെയാണ്. തിരിച്ചും അങ്ങനെ തന്നെ. കാടിന്റെ ഏതൊരു ചിത്രവും ചിത്രത്തിലില്ലാത്ത ഒരു മൃഗത്തിന്റെ സാന്നിദ്ധ്യം ഉറപ്പിക്കു ന്നുണ്ട്.

പാഞ്ഞുപോകുന്ന ഒരമ്പ് ഒരായുധമെന്നതു പോലെ ഒരടയാളവു മാണ്. പ്രാഥമികമായി അതൊരു വേടന്റെ വിശപ്പിന്റെ അടയാളമാണ്. ആളുകളെ കുത്തി നിറച്ച് എന്തിനെന്നറിയാത്ത ഒരാവേശത്തോടെ പോകുന്ന ഒരു ബസ്സ് പലതരം ആർത്തികളുടെ ഒരടയാളമാണ്. പണമാ ണ് ലോകം ഭരിക്കുന്നതെന്ന് ആ കാഴ്ച അടയാളപ്പെടുത്തുന്നുണ്ട്. ഇതെല്ലാം മൂകമായ ആശയവിനിമയങ്ങളാണ്. ലോകത്തു നടക്കുന്ന ഏതൊരു ചലനവും ഏതൊരു നിശ്ചലതയും ഏതെങ്കിലും തരത്തി

ലുള്ള ആശയവിനിമയംതന്നെയാണ്. നിശ്ചലതയെ ആശയവിനിമയമായി മനസ്സിലാക്കാൻ അമൂർത്തമായി ചിന്തിക്കാനുള്ള ശേഷി വേണമെന്നു മാത്രം.

ആശയവിനിമയം വലിയ ഒരു വ്യവസായമായി വളർന്ന ഒരു ചരിത്ര ഘട്ടത്തിലൂടെയാണ് നാം കടന്നുപൊയ്ക്കൊണ്ടിരിക്കുന്നത്. വ്യക്തി നിലകൊള്ളുന്ന സ്ഥലത്തിന്റെ ഉറപ്പിനെ നിരസിച്ചുകൊണ്ടാണ് പുതിയ ആശയവിനിമയരീതികൾ മുന്നേറുന്നത്. വാർത്താവിനിമയ രീതികൾ ഇലക്ട്രോണിക്സ് ഏറ്റെടുക്കുന്നതിനുമുമ്പ് വാർത്താവിനിമയത്തിൽ സ്ഥലത്തോടു ചേർത്തു വെച്ചാണ് വ്യക്തിയെ സങ്കല്പിച്ചിരുന്നതും വിവരിച്ചിരുന്നതും. അതുകൊണ്ട് വ്യക്തിക്ക് തന്നെ വിവരിക്കാൻ സ്ഥല ത്തിന്റെ ഉറപ്പ് ആവശ്യമായിരുന്നു. കാട്ടിൽപോയാൽ വേട്ടക്കാരനെ കാണാമെന്നത് ഇപ്രകാരം സ്ഥലത്തെ സംബന്ധിച്ച ഒരുറപ്പാണ്. മുക്കുവൻ എന്നു കേൾക്കുമ്പോൾ കടൽ ഓർമ്മയിലെത്തുമല്ലോ. ജന്മിയും അടിയാളനും എന്നു കേൾക്കുമ്പോൾ വയൽ ഉള്ളിൽ തെളി ഞ്ഞുവരും. വയൽ വരമ്പിൽ നിൽക്കുന്നതായിട്ടാണ് ജന്മി ഓർമ്മയി ലെത്തുക. വയലിലിറങ്ങാതെ വയൽ വരമ്പിൽ നിന്നുകൊണ്ട് ആജ്ഞ കൾ പുറപ്പെടുവിക്കുന്നയാളാണ് ജന്മി, എന്ന രാഷ്ട്രീയവും ഓർമ്മച്ചിത്രത്തിൽ അലിഞ്ഞു കിടക്കുന്നുണ്ടായിരിക്കും.

സ്ഥലം എന്നത് മുമ്പ് ഒരു വ്യക്തിയുടെ ജീവിതത്തിന്റെ ആദിമധ്യാ ന്തങ്ങളെ തീരുമാനിക്കാനുതകുന്ന ഏറ്റവും ലളിതമായ ഒരു വാസ്ത വമായിരുന്നു. മനുഷ്യന് ഒരു പ്രത്യേകതയുണ്ട്. 'തന്നെ' മനസ്സിലേക്കു കൊണ്ടുവരാൻ ഒരാൾ ശ്രമിച്ചു കൊണ്ടിരിക്കുമ്പോൾ താനല്ലാത്ത പലതുമാണ് ഓർമ്മയിലെത്തുക. തന്നെ ഓർത്തെടുക്കുന്നതിനെക്കാൾ വളരെ എളുപ്പമാണ് മറ്റൊരാളെ ഓർത്തെടുക്കുകയെന്നത്. കടൽ കാ ണാൻ നിൽക്കുന്ന നിങ്ങളെ നിങ്ങൾ ഓർത്തെടുക്കാൻ ശ്രമിച്ചാൽ ആദ്യം കടലാണ് ഓർമ്മയിലെത്തുക. ഗെസ്റ്റാൾട്ട് മനശ്ശാസ്ത്രജ്ഞ ന്മാർ ഈയവസ്ഥയെക്കുറിച്ചുതന്നെ ധാരാളം പഠിച്ചറിഞ്ഞിട്ടുണ്ട്. പറ ക്കുന്ന പക്ഷിയെ ഓർക്കാൻ ശ്രമിക്കുമ്പോഴെല്ലാം ഒരിടത്ത് ഇരിക്കുന്ന പക്ഷിയാണ് ഓർമ്മയിലെത്തുക. ഇരിക്കുന്ന പക്ഷിയേയാണ് ഭക്ഷണമാ ക്കാൻ എളുപ്പം. മനസ്സ് ഏതൊന്നിനെയും ദഹിപ്പിക്കാനാണ് ശ്രമിച്ചു കൊണ്ടിരിക്കുക. പക്ഷിയെ ഒരു മൃഗത്തിലും മൃഗത്തെ ഒരു യന്ത്ര ത്തിലും ലയിപ്പിച്ച് വിചിത്ര ചിത്രങ്ങൾ നിർമ്മിക്കാൻ മനസ്സ് ഉത്സാഹിച്ചുകൊണ്ടിരിക്കും. ആഴമുള്ള എന്തിനെയും ഒരു ശവക്കുഴി യോടാണ് മനസ്സ് ലയിപ്പിക്കുക. ആഴത്തെ ഭയപ്പെടുകയെന്നാൽ ശവ ക്കുഴിയെ ഭയപ്പെടുകയെന്നാണർത്ഥം. ഇതുകൊണ്ടൊന്നുമല്ലെങ്കിലും ആഴമുള്ള സാഹിത്യ കൃതികളെയെല്ലാം മരണത്തോടുചേർത്തു വെ ക്കാനുള്ള ഒരു പ്രവണത സാഹിത്യനിരൂപകർക്കുണ്ട്. മരണമാണ് ഏറ്റവും ആഴമുള്ള മനുഷ്യാനുഭവം എന്ന് ഇതിഹാസങ്ങളുടെ കാലം മുതലേ പറഞ്ഞുവന്നിരുന്നു. എന്നാൽ, മരണം മരിച്ചവനെ സംബന്ധി

ച്ച് ഒരനുഭവമല്ല. അനുഭവങ്ങളുടെയെല്ലാം അവസാനമാണ്. മനുഷ്യരുടെ വലിയ പല അനുഭവങ്ങളുടെയും കാര്യം ഇതാണ്. ഉറക്കം വലിയ ഒരനുഭവമാണ്. അനുഭവിക്കുന്നയാൾ ഉറങ്ങിയെണീറ്റശേഷമേ ആ അനുഭവത്തെക്കുറിച്ച് അറിയുന്നുള്ളൂ എന്നുമാത്രം. എല്ലാ അനുഭവങ്ങൾക്കുമിടയിൽ അനുഭവരാഹിത്യത്തിന്റെ ഒരിടവേള മനുഷ്യമനസ്സ് ആഗ്രഹിക്കുന്നുണ്ട്. മനുഷ്യർ മഹത്തരം എന്നു വിശേഷിപ്പിക്കുന്ന ചില അനുഭവങ്ങൾ അനുഭവരാഹിത്യത്തിലാണ് നിലയുറപ്പിച്ചിട്ടുള്ളത് എന്ന വാസ്തവം കേൾക്കുന്നവർക്ക് അത്ര സുഖകരമായി തോന്നാനിടയില്ല.

സ്ഥലത്തെക്കുറിച്ചു പറഞ്ഞുകൊണ്ടാണ് തുടങ്ങിയത്. ജന്മിത്വ കാലഘട്ടത്തിൽ സ്ഥലം എന്നത് ഒരാൾക്ക് അധികാരമുള്ള ഒരു തുണ്ടു ഭൂമിയാണ്. ഒരു ജന്മി 'തന്നെ' തനിക്കുള്ളിൽ നിർമ്മിച്ചെടുക്കുക തനിക്കുള്ള ഭൂമിയോടു ചേർത്തുവെച്ചാണ്. നായകൻ എന്നാൽ ഭൂമിയുടെ ഒരു നിശ്ചിതപരിധിക്കുള്ളിൽ ഒരു അടയാളക്കമ്പ് കുത്തുന്നയാളാണ്. ഇത് ജന്മിക്ക് സുരക്ഷിതത്വത്തിന്റെ ഒരനുഭവമുണ്ടാക്കുന്നു. തന്റെ അസ്തിത്വത്തിന് ഇളകാത്ത ഒരടിസ്ഥാനമുണ്ടെന്ന് അയാൾക്കു തോന്നുന്നു. ലോക ചരിത്രത്തിൽ പൊതുവെ ഇരുണ്ടകാലഘട്ടമെന്ന് അറിയപ്പെടുന്ന മധ്യകാലത്ത് ഭൂമിയെകേന്ദ്രീകരിച്ചുള്ള ഇത്തരം ഒരു സുരക്ഷിതത്വബോധത്തിന്റെ നിർമ്മാണം ആളുകൾക്കുള്ളിൽ നടന്നിരുന്നു. വളരെക്കാലം കഴിഞ്ഞ് വ്യാവസായികവിപ്ലവത്തോടെ മനുഷ്യന്റെ സ്ഥലബോധം അവ്യക്തമാവാൻ തുടങ്ങി. യാത്രയുടെ വേഗത കൂടിയെന്നതാണ് ഇതിന് ഒരു കാരണം.

കൃഷിയുടെ വരവോടെയാണല്ലോ മനുഷ്യർ ഒരിടത്ത് സ്ഥിരതാമസമാക്കാൻ തുടങ്ങിയത്. കർഷക കാലഘട്ടത്തിൽ മനുഷ്യന്റെ സ്ഥലബോധം നിശ്ചയിച്ചിരുന്നത് കൃഷിപ്പണിയാണ്. കൃഷിയിൽ സുഖകരമായ ഒരു കാത്തിരിപ്പുമുണ്ട്. കൃഷിപ്പണിയിലൂടെ മനുഷ്യർ ശീലിച്ച കാത്തിരിപ്പിന്റെ വ്യാകരണമാണ് പിന്നീട് വാഗ്ദത്ത ഭൂമിക്കുവേണ്ടിയുള്ള കാത്തിരിപ്പും മറ്റുമായി രൂപം മാറുന്നത്. കാത്തിരിപ്പ് തീർത്തും മാനുഷികമായ ഒരനുഭവമാണ്. കാത്തിരിക്കാനുള്ള മനുഷ്യരുടെ കഴിവിന്റെ വൃത്തപരിധികുറച്ചുകൊണ്ടു വരികയെന്നതാണ് മൊബൈൽ ഫോണടക്കമുള്ള പുതിയ ആശയവിനിമയോപാധികളിലൂടെ സംഭവിക്കുന്നത്. ഒരു ലാൻഡ് ഫോൺ സ്ഥലത്തെക്കുറിച്ചുള്ള ഒരുറപ്പ് ആളുകൾക്കു നൽകുന്നുണ്ട്. ഞാൻ ഇവിടെയുണ്ട് എന്നു പറഞ്ഞ് ഒരാൾക്ക് അവിടെത്തന്നെ ഇരിക്കേണ്ടിവരും. അയാൾ അപ്പോൾ സ്ഥലത്തിന്റെ പിടിയിലാണ്. എന്നാൽ മൊബൈൽ ഫോൺ ജിവിതത്തിന്റെ നിയമമാവുമ്പോൾ പ്രധാനപ്പെട്ട ഒന്നു സംഭവിക്കുന്നുണ്ട്. ഒരു നിശ്ചിത സ്ഥലവുമായുള്ള ബന്ധം അയാൾക്കു പെട്ടെന്നു ലംഘിക്കാം. സ്നേഹിതന്റെ തൊട്ടപ്പുറത്തു മറഞ്ഞുനിന്നുകൊണ്ട് നിങ്ങൾക്ക്, ഞാനിപ്പോൾ ദില്ലിയിലാണ്, വാഹനത്തിൽ പൊയ്ക്കൊണ്ടിരിക്കുകയാണ് എന്നെല്ലാം പ

റഞ്ഞ് സ്നേഹിതനെ തെറ്റിദ്ധരിപ്പിക്കാം. സ്നേഹിതന്റെ ചലനങ്ങൾ നിരീക്ഷിക്കുകയും ചെയ്യാം. ഏത് ആൾക്കൂട്ടത്തിനു നടുവിലും നിങ്ങൾക്കു വേണ്ട ഒരു രഹസ്യ ദേശം ഉണ്ടാക്കുകയും ചെയ്യാം.

ഇലക്ട്രോണിക് മാധ്യമങ്ങളുടെ വളർച്ചയുടെ ആദ്യഘട്ടത്തിൽ അത് രഹസ്യങ്ങൾക്കെതിരെയായിരുന്നു. രഹസ്യമെന്ന് പരമ്പരാഗതമായി വിശ്വസിച്ചുപോന്നിരുന്ന പലതിനെയും അത് പരസ്യമാക്കി. പരസ്യമാക്കിയ ഇടങ്ങളിലെല്ലാം രഹസ്യത്തിന്റെ അനേകം ഒളിയിടങ്ങൾ നിർമ്മിക്കാൻ ആളുകളെ പഠിപ്പിക്കുകയാണ് അത് ഇപ്പോൾ ചെയ്തുകൊണ്ടിരിക്കുന്നത്. ഒരു വീട്ടിലെ ഒരു മുറിയിലിരുന്നുകൊണ്ട് അതേ വീട്ടിലെ അടുത്ത മുറിയിലിരിക്കുന്ന മറ്റൊരാളെ ഒരാൾക്ക് ഇന്ന് മനോഹരമായി തെറ്റിദ്ധരിപ്പിക്കാം. രണ്ടുപേർക്കും ഓരോ മൊബൈൽഫോൺ ഉണ്ടായാൽ മാത്രം മതി.

മൊബൈൽഫോൺ നിർമ്മിച്ചെടുക്കുന്ന ഒരു മാനസിക നിലയുണ്ട്. ഒരു ധർമ്മവ്യഥയും കൂടാതെ നുണപറയാനുള്ള ശേഷിയാണ് അതിലൊന്ന്. താൻ പറയുന്നത് നുണപോലുമല്ലെന്ന് പറയുന്നയാളെ വിശ്വസിപ്പിക്കാൻ ഈ ഉപകരണത്തിനു കഴിയുന്നുണ്ട്. വീട്ടിൽ അടുക്കളയിലിരുന്ന് കറിക്കരിയാൻ അമ്മയെ സഹായിച്ചുകൊണ്ടിരിക്കുന്ന അച്ഛൻ ഫോണിൽ ഞാനിപ്പോൾ വാളയാർ ചുരം കടന്ന് വണ്ടിയിൽ പൊയ്ക്കൊണ്ടിരിക്കുകയാണെന്നു പറയുന്നതുകേട്ട് തൊട്ടടുത്ത് നിൽക്കുന്ന കുട്ടികളാരെങ്കിലും അച്ഛനെ നോക്കി അതിശയിച്ചാൽ അച്ഛൻ അവരെ നോക്കി ഒന്നു കണ്ണിറുക്കി സംസാരം തുടരും. കുട്ടിക്ക് നുണ പറയാനുള്ള മൂകമായ അനുമതിയാണ് അതുവഴി ലഭിക്കുന്നത്. നുണ പറയുന്നത് വലിയ കാര്യമൊന്നുമല്ലെന്ന ശിക്ഷണം നിഷ്പ്രയാസം കുട്ടിയുടെയുള്ളിൽ ഉറയ്ക്കും. ഉപകരണം നൽകുന്ന എളുപ്പവഴികൾ ഇങ്ങനെയൊക്കെയാണ് പുതിയ മനശ്ശാസ്ത്രം രൂപീകരിക്കുന്നത്.

കാത്തിരിപ്പിനെക്കുറിച്ചു പറഞ്ഞുവല്ലോ. കാത്തിരിപ്പിനെ ഒരു കുറ്റകൃത്യത്തിന്റെ തലത്തിലേക്കു പിന്തള്ളിക്കൊണ്ടാണ് മൊബൈൽ ഫോൺ മുന്നേറുന്നത്. ആൽവിൻടോഫ്ളർ 1970 ൽ ഫ്യൂച്ചർഷോക്ക് എന്ന പുസ്തകം പ്രസിദ്ധീകരിക്കുമ്പോൾ മനുഷ്യരുടെ വേഗത ഇതുപോലെയൊന്നും ആയിരുന്നില്ല. എന്നിട്ടും ടോഫ്ളർ പുസ്തകത്തിലെ ഒരധ്യായത്തിന് പേരു കൊടുത്തത് 'സ്ഥിരതയുടെ മരണം' എന്നാണ്. കാത്തിരിപ്പ് മനുഷ്യസംസ്കാരത്തിന്റെ പ്രധാനപ്പെട്ട ഒരു കരുതൽ ധനമാണ്. പഴയ കാമുകിയുടെ ഭർത്താവ് വൃദ്ധനായി മരിച്ച് ശവസംസ്കാരച്ചടങ്ങുകൾ കഴിയുന്നതുവരെ കാത്തിരുന്ന ശേഷം വാർദ്ധക്യത്തിൽ കാമുകിയെ പഴയപ്രേമതീവ്രതയോടെത്തന്നെ സമീപിച്ച മഹാന്മാരായ കാമുകൻമാരടക്കം പലരും കാത്തിരിപ്പിന്റെ ശക്തിയും ആനന്ദവും തികച്ചും മാനുഷികമായ ഏകാന്തതയും അനുഭവിച്ചവരായുണ്ട്. മൊബൈൽ ഫോണിന്റെ പ്രത്യേകത അതുപയോഗിക്കാത്തവരെയും ഏതെങ്കിലും തരത്തിൽ അതിന്റെ ഭാഗമാക്കിമാറ്റാൻ

ആ ഉപകരണത്തിനു കഴിയുന്നുണ്ട് എന്നതാണ്.

എല്ലാം ഇപ്പോൾ സംഭവിച്ചിരിക്കണമെന്ന ഒരു മാനസികഭാവമാണ് മൊബൈൽഫോൺ ഉണ്ടാക്കിയെടുക്കുന്നത്. അതുപയോഗിക്കുന്ന ഒരാൾ യാത്ര ചെയ്യുമ്പോഴും അയാൾ യാത്രയിലായിരിക്കുന്നില്ല. ദൂരെയുള്ള ഒരാളോടൊപ്പം ഒരിടത്തിരുന്ന് സംസാരിക്കുന്നതുപോലെ ത്തന്നെയാണ്. മുമ്പ് അവധൂതന്മാരുടെ ഒരു പ്രധാന ലക്ഷണം അലച്ചിലായിരുന്നു. ഒരു മേശക്കു പിന്നിൽ കസേരയിട്ട് ഇരിക്കുന്ന ഒരു പ്രവാചകനും ആരുടെയും ഓർമ്മയിലെത്തുകയില്ല. പ്രവാചകന്മാരെയെല്ലാം അലച്ചിലുകളോടു ബന്ധപ്പെടുത്തിയാണ് ഒരാളുടെ മനസ്സ് കണ്ടുപിടിക്കുക. തന്നിൽ അതിവേഗം വളർന്നുകൊണ്ടിരിക്കുന്ന നിന്ദ്യനായ തന്നെത്തന്നെ കുടഞ്ഞുകളയാനുള്ള ഒരു മാർഗ്ഗം പണ്ട് കഠിനമായ യാത്രകളായിരുന്നു.

മൊബൈൽ ഫോണും ഒരു സഞ്ചാരിയെ സൃഷ്ടിക്കുന്നുണ്ട്. വാക്കുകൾ കൊണ്ട് നായാടിക്കൊണ്ടിരിക്കുന്ന ഒരു നാടോടിയെ. നായാടാൻ ഇയാൾക്ക് സ്വന്തം നിഴൽമാത്രമേ ഉണ്ടാവുകയുള്ളൂ. കാട്ടാളന്റെ ജീവിതം റൂസോവിനെയും നാടോടികളുടെ ജീവിതം പുഷ്കിനെയുമെല്ലാം വല്ലാതെ പ്രലോഭിപ്പിച്ചിട്ടുണ്ടല്ലോ. നിലാവിന്റെ തണൽ പറ്റി പുൽമേടുകൾ താണ്ടി നടന്നുപോകുന്ന മനുഷ്യരുടെ സംഘങ്ങൾക്ക് ഏതൊരു ദേശവും അവരുടെ സ്വപ്ന ദേശമായിരുന്നു. അവർ എത്തിയ ഇടം തന്നെയായിരുന്നു അവരുടെ സ്വദേശം. അവർക്ക് വീട് ആവശ്യമില്ല കാരണം ലോകം തന്നെയായിരുന്നു അവരുടെ വീട്.

ഞാൻ ഇവിടെയുണ്ട് എന്നതിനു പകരം ഞാൻ എവിടെയുമുണ്ട് എന്ന്, വാർത്താവിനിമയ വിദ്യയുടെ വൻകുതിപ്പുകൾ നൽകിയ അഹങ്കാരത്തോടെ പറയാൻ കഴിയുന്ന മനുഷ്യർ ഇന്നുണ്ട്. സ്ഥലം ആവശ്യമില്ലാത്ത ഒരു വെർചൽ സ്പേസിലായിരിക്കും അയാൾക്ക് ഇടം. നിരന്തരം അയാൾ ആശയവിനിമയത്തിലാണ്. എന്നാൽ ആശയവിനിമയംകൊണ്ട് വ്യക്തിയിൽ സംഭവിക്കേണ്ട ഭ്രാതൃത്വത്തിൽനിന്നും അയാൾ അകലെയുമാണ്. കാരണം ആശയവിനിമയത്തിന്റെ മുക്കാൽ പങ്കും അയാൾ ഉപയോഗിക്കുക തന്നെ കച്ചവടം ചെയ്യാനായിരിക്കും. തുരുതുരാ ആശയവിനിമയം നടത്തുമ്പോൾ ഒരു വ്യക്തിയെക്കുറിച്ച് നിങ്ങൾക്ക് സങ്കല്പങ്ങൾ രൂപീകരിക്കാനുള്ള അവസരം കുറയും. എപ്പോഴും അയാൾ നിങ്ങളുടെ വിരൽ തുമ്പിലുണ്ട്. അതിപരിചയം കൊണ്ട് സംഭവിക്കുന്ന അകൽച്ചയിലേക്കുള്ള എളുപ്പവഴിയാണത്. ഉപയോഗിച്ചു വലിച്ചെറിയുന്ന ഒരു കടലാസു കപ്പുപോലെ എളുപ്പത്തിൽ വലിച്ചെറിയാവുന്ന ബന്ധങ്ങളാണ് ഇപ്പോൾ സൃഷ്ടിക്കപ്പെട്ടുകൊണ്ടിരിക്കുന്നത്. ഒരു പെണ്ണ് അവളുടെ കിടപ്പുമുറിയിൽ എന്തു ചെയ്യുന്നു എന്നറിയുന്നതോടെ നഷ്ടപ്പെടുന്ന കൗതുകങ്ങളാണ് പലരും ആഘോഷിച്ചുകൊണ്ടിരിക്കുന്നത്. ഒരു ദിവസം കൊണ്ടുതന്നെ ഏതിനും തീർപ്പുകൽപിക്കാനുള്ള മാനസികാവസ്ഥയാണ് ഇതുകൊ

ണ്ടാക്കെ സംഭവിക്കുക. യാത്രപോയയാൾ ലക്ഷ്യസ്ഥാനത്തെത്തി വിവരമറിയിച്ചാൽ അത് അറിയാൻ നാലോ അഞ്ചോ ദിവസം വേണ്ടി വരുന്ന ഒരുകാലം ഉണ്ടായിരുന്നു. എൺപതുകൾക്കുമുമ്പ് ഗൾഫിൽ പോയവരുള്ള വീട്ടുകാർക്കെല്ലാം അതറിയാം. അന്ന്, യാത്രപോയയാൾ എപ്പോഴും വീട്ടിലിരിക്കുന്നവരുടെയുള്ളിൽ ഉണ്ടായിരുന്നു. അയാൾക്ക് വേണ്ടി ഉത്കണ്ഠപ്പെടാനും ദുഃഖിക്കാനും ആളുകൾക്ക് മടിയുണ്ടായിരുന്നില്ല. എന്നിട്ടും ഉത്ക്കണ്ഠ കൊണ്ട് ആരും മരിച്ചതായി അറിവില്ല. മറ്റൊരാൾക്കുവേണ്ടി കുറച്ചുസമയം ചിലവഴിക്കാൻ ആളുകൾക്ക് പ്രയാസമുണ്ടായിരുന്നില്ല. മൊബൈൽഫോൺ ഉണ്ടാക്കിയെടുക്കുന്ന ഒരു മാനസിക ഭാവം അക്ഷമയാണ്. ഒരാളെ സംബന്ധിച്ചുള്ള കാര്യങ്ങൾക്ക് പെട്ടെന്ന് തീരുമാനമുണ്ടാക്കി അയാളെ മനസ്സിൽ നിന്ന് ഒഴിവാക്കുകയെന്നതാണ് ഇതുകൊണ്ടു സംഭവിക്കുന്നത്. നിങ്ങൾ അയാളുമായി നിരന്തരം സംസാരിക്കുന്നു എന്ന വിശ്വാസത്താൽ സുരക്ഷിതനായിരിക്കുന്നു.

വാർത്താവിനിമയ ബന്ധം ഇന്നത്തെപ്പോലെയൊന്നും വളർന്നിട്ടില്ലാത്ത ഒരു കാലത്തുതന്നെ ലോകം ഒന്നാവാൻ പോകുകയാണ്, വൻകരകളെല്ലാം ഒന്നായിക്കഴിഞ്ഞു. ലോകം ഒരു കുടുംബമായിക്കഴിഞ്ഞു എന്നെല്ലാം പറഞ്ഞവരുണ്ട്. ഏകലോകം എന്ന പുസ്തകമെഴുതിയ വെൽഡൻവിൽകിയായിരുന്നു ഇവരിൽ പ്രധാനി. ഭൗതികമായി ലോകം ഒന്നായാൽ മനുഷ്യർക്ക് ഏകതാളത്തിൽ സ്പന്ദിക്കുന്ന ഒരു മനസ്സ് ഉണ്ടായിവരും എന്നാണ് ചിന്തകന്മാർ കരുതിയത്. ഒരു ആഗോള സാഹോദര്യം ഇവരുടെ സ്വപ്നമായിരുന്നു. ലോകത്ത് പലയിടത്തും നടക്കുന്ന യുദ്ധങ്ങൾ സിനിമ കാണുന്നതുപോലെ കാണാനുള്ള ഒരു മാനസികാവസ്ഥയാണ് പക്ഷെ, രൂപപ്പെട്ടുവന്നത്. 'ഞാൻ തന്നെ ലോകം' എന്ന തരത്തിൽ ഇലക്ട്രോണിക് സാങ്കേതിക വിദ്യ നൽകിയ ഒരദ്വൈതം ഇന്ന് സംഭവിച്ചിട്ടുണ്ട്. അത് കൂടുതൽ അസ്വതന്ത്രനായ ഒരു മനുഷ്യനെ രൂപപ്പെടുത്തുവാനും തുടങ്ങിയിട്ടുണ്ട്. പലതരം മിഥ്യകളുടെ നിർമ്മാണ രീതിയാണ് മനുഷ്യർ അഭ്യസിച്ചുകൊണ്ടിരിക്കുന്നത്. പ്രപഞ്ചത്തെക്കുറിച്ചും തന്നെക്കുറിച്ചു തന്നെയും വിസ്മയങ്ങൾ അനുഭവിക്കാൻ അശക്തനായ ഒരു മനുഷ്യന്റെ ജനനത്തിനുള്ള ഒരുക്കങ്ങൾ മുന്നേറുകയാണ്. ഒരുപക്ഷെ അങ്ങേയറ്റം നിരാശിതനും അപൂർണ്ണനുമായ ഒരു ദൈവത്തിന്റെ സൃഷ്ടിക്കും.

ഞാൻ ഇവിടെയുണ്ട് എന്നു പറയാനാണ് വീട് ആവശ്യമായി വരുന്നത്. ഒരുപക്ഷെ വീട് അനാവശ്യമായിവരുന്ന ഒരു കാലം അടുത്തു വരുന്നുണ്ട്. കാരണം സ്ഥലത്തോടുബന്ധപ്പെട്ട മനുഷ്യന്റെ നിലനിൽപ് മാറുകയാണ്. ഏതിലും ആനന്ദവും സ്നേഹവും കണ്ടെത്തിയിരുന്ന പഴയ നാടോടിക്കുപകരം ആസക്തനായ പുതിയനാടോടിയുടെ വരവറിയിക്കുന്ന നക്ഷത്രം ആകാശത്ത് അധികം ഉയരത്തിലല്ലാതെ പിറന്നിട്ടുണ്ട്.

●

വീടനുഭവം

വീട്ടിലേക്കുള്ള വഴി ഒരാൾ മറക്കാൻ തുടങ്ങുമ്പോഴാണ് അയാളെ നാം സംശയിക്കാൻ തുടങ്ങുക. കാരണം, മനുഷ്യൻ മറന്നു പോകാത്ത ഏതാനും ചില വഴികളിൽ ഒന്ന് വീട്ടിലേക്കുള്ള വഴിയാണ്. ആത്മരക്ഷക്കുവേണ്ടി ഇരു കൈകൾ കൊണ്ടും തല പൊത്തിപ്പിടിച്ചു നിൽക്കുന്ന ഒരു മനുഷ്യനിൽ നിന്നാണ് വീടിന്റെ തുടക്കം. തനിക്കുപരി ആകാശവും അനന്തതയും മാത്രം പത്തിവിടർത്തി നിൽക്കുമ്പോൾ അഭയത്തിനു വേണ്ടി സ്വന്തം ശരീരത്തെ തന്നെ ഒരു വീടാക്കി മാറ്റാൻ മനുഷ്യൻ ശ്രമിക്കുന്നു. ഇത് പല നിലകളിൽ സംഭവിക്കാം. ശത്രു മുതുകത്ത് ഇടിക്കാൻ വരുമ്പോൾ മുതുക് പൊത്തിപ്പിടിക്കുന്നയാൾ തന്റെ ശരീരത്തിൽ തന്നെ ഒരു വീടു പണിയുകയാണ്. മനുഷ്യർ പിൽക്കാലത്ത് നേടിയെടുക്കാനിടയുള്ള എല്ലാം ആദ്യം മുൻ കാഴ്ച കാണുക സ്വന്തം ശരീരത്തിലൂടെയാണ്.

ശരീരം പ്രാഥമികമായി ഒരു ഗൃഹം തന്നെയാണ്. ശരീരം ഇടുങ്ങിയ ഒരു ഗൃഹമാണെന്നു തോന്നുക രോഗം വരുമ്പോഴാണ്. ആസ്ത്മാ രോഗികൾക്കെല്ലാം താൻ ഇടുങ്ങിയ ഒരു ഗൃഹത്തിനുള്ളിലാണെന്ന് ഇടയ്ക്കിടക്ക് ഓർമിക്കേണ്ടി വരുന്നുണ്ട്. വേദനിക്കുന്നയാൾ ചുമരുകൾ ഇടുങ്ങിയ ഒരു വീടിന്റെ പരുക്കൻ തറയിലാണ് താൻ ഇരിക്കുന്നതെന്ന് അനുഭവിക്കുന്നുണ്ട്. താൻ പാർക്കുന്ന വീട് ഒട്ടും ആവാസയോഗ്യമല്ല എന്ന് അനുഭവപ്പെടുമ്പോഴാണ് ചില മനുഷ്യർ ആത്മഹത്യ ചെയ്യുന്നത്. അതുകൊണ്ട് ആത്മഹത്യ ഒരർത്ഥത്തിൽ വീടിനോടുള്ള ഒരു പ്രതിഷേധമാണ്. സ്കീസോഫ്രേനിയ രോഗത്തിന്റെ ഒരു ഘട്ടത്തിൽ താൻ ഇടുങ്ങിയ ഒരു ഗൃഹത്തിനുള്ളിലാണെന്ന് രോഗി അനുഭവിക്കുന്നുണ്ട്. ചുമരുകൾ സാവധാനം ഇടുങ്ങി വരുന്ന ആഗൃഹത്തെ

തന്നിൽ നിന്നും തൊഴിച്ചു മാറ്റാൻ രോഗി ശ്രമിച്ചുകൊണ്ടിരിക്കും. അത്തരം ശ്രമങ്ങൾ ശരീരത്തിലൂടെ പ്രകടമാവുമ്പോഴാണ് അയാളുടെ ജിവചരിത്രത്തിൽ ഒരു ഭ്രാന്തനെന്ന് അയാൾ വിവരിക്കപ്പെടുന്നത്. അതുകൊണ്ട് ഭ്രാന്തിന്റെ സുവർണകാലം ആഘോഷിക്കുന്ന ഒരാൾ വീട്ടിൽ നിന്നും പുറത്തു കടക്കാനാണ് ആഗ്രഹിക്കുക. അയാൾ പിന്നീട് ലോകത്തെത്തന്നെ വീടാക്കി മാറ്റുന്നു. 'ലോകമേ തറവാട്' എന്നത് അർഥപൂർണമായി യഥാർഥത്തിൽ പ്രവൃത്തിപഥത്തിൽ കൊണ്ടു വരുന്നത് ഭ്രാന്തന്മാരാണ്. സമചിത്തതയുള്ളവർ ലോകമേ തറവാട് എന്നു പറഞ്ഞ് സ്വന്തം തറവാടിന്റെ ക്ഷേമത്തിനു വേണ്ടി അക്ഷീണം പ്രയത്നിക്കുന്നു.

മഴക്കാലം നിങ്ങൾക്ക് ആഹ്ലാദകരമായി തോന്നുന്നത് കയറിക്കിടക്കാൻ ഒരു വീടുള്ളതുകൊണ്ടാണ്. തോരാ മഴയിലൂടെ നടക്കുന്നയാൾക്ക് മഴയെക്കുറിച്ച് കവിതയെഴുതാനാവില്ല. ഒന്നോ രണ്ടോ വാക്കുകളിൽ തന്നെ സ്വയം ഉപസംഹരിക്കാനേ കഴിയൂ. ഇത് മനുഷ്യാനുഭവങ്ങളുടെ ഒരു പ്രത്യേകതയാണ്. യാത്ര തന്നെ ദിനചര്യയാക്കിയയാൾ പലപ്പോഴും തിടുക്കത്തിൽ യാത്രാവിവരണം എഴുതാറില്ല. വല്ലപ്പോഴും യാത്ര പോകുന്നയാളാണ് അടിക്കടി യാത്രാ വിവരണമെഴുതുക. മടങ്ങി വരാൻ ഒരു വീടുണ്ടെങ്കിലാണ് ഏത് വിനോദയാത്രയും ആനന്ദകരമാവുക.

ഇത് അനുഭവങ്ങളുടെ ഒരു പ്രത്യേകതയാണ്. സുരക്ഷിതമായ അനുഭവങ്ങളാണ് മനുഷ്യർ ആഗ്രഹിക്കുന്നത്. സുരക്ഷിതമായ അനുഭവങ്ങൾക്ക് മനുഷ്യർ കണ്ടുപിടിച്ച പ്രധാന ഇടമാണ് വീട്. ഒരാൾ തനിക്കുവേണ്ടിത്തന്നെ സൃഷ്ടിക്കുന്ന ആവാസവ്യവസ്ഥയാണത്. ലോകത്തിന്റെ പ്രതിനിധികളായി വീട്ടിൽ ചിലതെല്ലാം ഉണ്ടായിരിക്കും. കാടിന്റെ പ്രതിനിധിയായി ഒരു കാട്ടുചെടിയെ ചെടിച്ചട്ടിയിൽ വളർത്താം. മൃഗങ്ങളെ കൂട്ടിൽ വളർത്താം. കാട്ടുമൃഗം കാടിനെക്കുറിച്ചുള്ള ഓർമ തന്നെയില്ലാതെ കൂടിനെ കാടായി അനുഭവിച്ചു കൊണ്ട് ജീവിച്ചു കൊള്ളും. പിന്നീട് കൂട്ടിൽ നിന്നും കാട്ടിലേക്കഴിച്ചു വിട്ടാൽ കൂട്ടിലേക്കു തന്നെ മടങ്ങുകയും ചെയ്യും. കാരണം, കൂട്ടിൽ നിന്നാണ് അതിനു ഭക്ഷണം ലഭിച്ചിരുന്നത്. കാട്ടിൽ ഭക്ഷണം കിട്ടുമോ എന്നറിയില്ല. ഭക്ഷണവുമായി ഇഴപിരിഞ്ഞ് കൂട് അതിന് സ്വാതന്ത്ര്യമായി മാറിക്കഴിഞ്ഞിരിക്കും. ശീലങ്ങളും അഭിരുചികളും സൃഷ്ടിക്കപ്പെടുന്നത് ഇങ്ങനെയാണ്. എവിടെ നിന്നാണോ തുടർച്ചയായി ഭക്ഷണം ലഭിക്കുന്നത് അവിടമാണ് ജീവിയുടെ ആനന്ദവും സ്വാതന്ത്ര്യവും ഗൃഹവും. ഒരു ശിശു കണ്ടീഷൻ ചെയ്യപ്പെടുന്നതും ഇങ്ങനെ തന്നെയാണ്. അമ്മയുടെ മുലപ്പാൽ തൊട്ട് എല്ലാ ഭക്ഷണവും വീട്ടിനുള്ളിൽ വെച്ചാണ് ലഭിക്കുന്നത്. അതുകൊണ്ട് മനുഷ്യൻ തന്റെ ഉൾവനങ്ങളിൽ വീടിനെ ആഗ്രഹിച്ചു കൊണ്ടിരിക്കും.

ഒരേയൊരു വീട് എന്നു പറയാവുന്ന ഒരു വീട് ലോകത്തെവിടെയുമില്ല. ഒരു വീടിനുള്ളിൽ തന്നെ പല വീടുകളാണ്. വീടിനുള്ളിൽ തന്നെ

കുട്ടികൾ അവരുടെ കൊച്ചു വീടുകളുണ്ടാക്കുന്നു. കട്ടിലിനടിയിലെ തണുത്ത ഇരുട്ടിലും വാതിൽ പാളികളുടെ ഇരുണ്ട മൂലകളിലും അവർ അവരുടെ വീടുകൾ കണ്ടെത്തുന്നു. സക്കറിയയുടെ കഥയിലെ ഒരു കുട്ടി തീയടങ്ങിയ അടുപ്പിനുള്ളിൽ ചുരുണ്ടു കൂടിയിരിക്കാനാണ് ആഗ്രഹിക്കുന്നത്. ഇത് പഴയ ഗർഭാശയവാസക്കാലത്തിന്റെ സ്മൃതി അവനുള്ളിലുള്ളതു കൊണ്ടാണെന്നു പറഞ്ഞാൽ അത് ഒരു മനശ്ശാസ്ത്ര കൗതുകമായേ ആളുകളെടുക്കുകയുള്ളൂ. കുട്ടികളുടെ ഒരു പ്രത്യേകത അവർ വിശാലതയുടെ ശത്രുക്കളാണ് എന്നതാണ്. വിശാലത പക്ഷികൾക്കു വേണ്ടി ഉണ്ടായിട്ടുള്ളതാണ്.

ഒരു മുറിയിൽ നിന്നും ഗൃഹോപകരണങ്ങൾ എല്ലാം എടുത്തു മാറ്റുമ്പോഴാണ് അതൊരു ജയിൽ മുറിയായി മാറുന്നത്. ഒരു വീടിനെ എളുപ്പത്തിൽ ഒരു ജയിൽ മുറിയാക്കി മാറ്റാം. അധികാരം സ്വയം അനുഭവിച്ചാനന്ദിക്കുന്ന ഒരു കാരണവർ വീടിനുള്ളിൽ ഉണ്ടായാൽ മാത്രം മതി. അപ്പോൾ വീട്ടിലെ വാസം ജയിൽ വാസം മാത്രമായിത്തീരും. എന്നാൽ, വീട്ടിനുള്ളിൽ നിന്നും എപ്പോൾ വേണമെങ്കിലും പുറത്തു പോകാനുള്ള സ്വാതന്ത്ര്യം നിങ്ങൾക്കുണ്ട്. ആ സ്വാതന്ത്ര്യം തന്നെ തിരഞ്ഞെടുപ്പിനു വേണ്ടി ഉഴറി നിങ്ങളുടെ ജീവിതം വിഷലിപ്തമാക്കുകയും ചെയ്യും.

ജയിൽവാസത്തിന് ഒരു പ്രത്യേകതയുണ്ട്. ജയിലിൽ കിടന്നയാൾക്ക് കുറേ കഴിഞ്ഞ് ആലോചിച്ചാൽ അക്കാലം ആഹ്ലാദകരമായി തോന്നും. ബന്ധനത്തിന്റെ പോലും ഓർമ ബന്ധുരമായിരിക്കും. ബന്ധുരമായ ഒരു ബന്ധനമാണ് വീട്.

കരിങ്കല്ലും ഇഷ്ടികയും സിമന്റും മറ്റും ചേർത്ത് ഉണ്ടാക്കുന്ന ആഗ്രഹങ്ങളുടെ ആകാരമാണ് വീട് എന്നു പറയാവുന്നതാണ്. കാരണം, മനുഷ്യൻ നിർമ്മിക്കുന്നതൊന്നും വസ്തുക്കൾ മാത്രമല്ല, വസ്തുക്കളുടെ രൂപത്തിലുള്ള ആഗ്രഹങ്ങളും പ്രതീക്ഷകളും വിശ്വാസങ്ങളും കൂടിയാണ്. ഒരു കോട്ട കാണുമ്പോൾ അതൊരു ചക്രവർത്തിയുടെ അധികാരത്തെക്കുറിച്ചുള്ള അഭിമാനവും ഭീതിയുമാണെന്നു മനസ്സിലാക്കണം. ലോകത്തെവിടെയുമുള്ള എല്ലാ കൊട്ടാരങ്ങളും അസമത്വപൂർണമായ സമൂഹത്തിന്റെ പ്രതിനിധികളാണ്.

വീടിന് വാതിൽ ഉണ്ടാവുന്നു എന്നതിനർത്ഥം വാതിൽ പൊളിച്ച് അകത്തു കടക്കാൻ ആഗ്രഹിക്കുന്ന ആരൊക്കെയോ പുറത്ത് കാത്തു നിൽക്കുന്നുണ്ട് എന്നാണ്. ചില ദ്വീപു നിവാസികൾക്ക് വീടിന് വാതിൽ എന്തിനാണെന്ന് തന്നെ അറിയില്ല. ദ്വീപുകളിൽ പൊതുവെ കള്ളന്മാർ കുറവാണ്. കള്ളനും ഒളിഞ്ഞുനോട്ടക്കാരനും രഹസ്യങ്ങളിൽ പുലരുന്ന ജീവിത ക്രമവുമെല്ലാമാണ് വാതിലുകൾ ആവശ്യമാക്കുന്നത്. വീടിന്റെ ഒരവയവമായ വാതിൽ മനുഷ്യ സമൂഹത്തിന്റെ സംസ്കാരത്തെയും രാഷ്ട്രീയത്തെയുമെല്ലാം പ്രകടിപ്പിക്കുന്നു എന്നാണ് ഇതെല്ലാം കാണിക്കുന്നത്.

വീട്ടിൽ ഉറങ്ങിയുണരുന്നവരുടെ ലോകത്തിനു സമാന്തരമായി വീടുവിട്ടു പോകുന്നവരുടെ ഒരു ലോകം എന്നും ഉണ്ടായിരുന്നിട്ടുണ്ട്. വീടു വിട്ടു പോയതു കൊണ്ടാണ് സിദ്ധാർത്ഥ രാജകുമാരൻ ഗൗതമ ബുദ്ധനായത്. വീട്ടിൽ തുടർച്ചയായി ഇരിക്കുന്നതിനുപകരം കാട്ടിൽ തുടർച്ചയായി ഇരുന്നാൽ ഒരാൾ സന്യാസിയെന്നു വിവരിക്കപ്പെടുന്നു. ഇരിക്കുന്നത് എവിടെയെന്നത് പ്രധാനമാണ്. 'അവൻ വീട്ടിലിരിക്കുകയേയുള്ളൂ.' എന്നു പറഞ്ഞാലതിനർത്ഥം ഇനി അവനെക്കൊണ്ട് കാര്യമൊന്നുമില്ല എന്നാണ്. ഒരു ജിപ്സി അവന്റെ ശരീരത്തിൽ തന്നെ ഒരു വീടിനെയും കൊണ്ടു നടക്കും. വീട് അവന് എവിടെയും ഉണ്ടാക്കാം. സ്ഥിരമായ വീടില്ലാത്തതുകൊണ്ട് ഭൂതഭാവികൾ അവനെ ഭയപ്പെടുത്തുകയുമില്ല. വസ്തുക്കളെ സംബന്ധിച്ചുള്ള സ്വാർത്ഥതയും കുറവായിരിക്കും.

'കലം കളിമൺ നിർമിതമെങ്കിലും അതിനുള്ളിലെ ശൂന്യതയത്രേ സാധനങ്ങൾ സൂക്ഷിക്കുവാൻ ഉപകരിക്കുക' എന്നും 'തടികൾ തട്ടിക്കൂട്ടിയുണ്ടാക്കുന്ന പാർപ്പിടത്തിന്റെയും ഒഴിഞ്ഞ അകമത്രേ നിവാസയോഗ്യം' എന്നും ചൈനീസ് തത്ത്വചിന്തകനായ ലാവോത്സു പറയുന്നുണ്ട്. ഇത്ര മാത്രം കല്ലും മരങ്ങളും സിമന്റും ഉപയോഗിച്ച് ഇല്ലായ്മയെ നിർമിക്കാനാണ് മനുഷ്യർ പ്രയാസപ്പെടുന്നത്. ശൂന്യതയെ നിർമിച്ചെടുക്കാൻ മനുഷ്യൻ സദാ യത്നിച്ചു കൊണ്ടിരിക്കും. കാരണം, ശൂന്യതക്ക് ആകൃതി കൊടുക്കുകയെന്നത് മനുഷ്യന്റെ ജന്മ ദൗത്യമാണ്.

•

അളവുകളുടെ മനഃശാസ്ത്രം

പ്രശസ്തമായ ഒരു മിഠായിക്കമ്പനി ഈയിടെ അവരുടെ മിഠായിയുടെ ആകൃതിയിൽ ഒരുമാറ്റം വരുത്തി. മിഠായിയുടെ വിൽപന പെട്ടെന്ന് കുറഞ്ഞപ്പോഴാണ് ഈ രൂപമാറ്റം ഉണ്ടായത്. ആദ്യം അൽപം തടിയനായിരുന്ന മിഠായി പെട്ടെന്ന് മെലിഞ്ഞുനീണ്ട് കൊലുന്നനേയുള്ള ഒരു മിഠായിയായി മാറി. ഇതോടെ വിൽപന കൂടുകയും ചെയ്തു. ഇത് അളവുകളുടെ ഒരദ്ഭുതമാണ്.

ഉയരം കുറഞ്ഞ് തടിയനായിരുന്ന മിഠായിയുടെ അതേ ഉള്ളടക്കം തന്നെയാണ് പുതിയ മിഠായിക്കും എന്നത് കമ്പനിക്കേ അറിയൂ. കാണുന്നവർ പഴയ വിലക്ക് പുതിയ മിഠായി ലഭിക്കുന്നതിൽ സന്തോഷിച്ചുകൊണ്ടിരിക്കും. മിഠായികളുടെ ആരാധകർ കൂടുതലും കുട്ടികളായതുകൊണ്ട് അളവുകൊണ്ടുള്ള ഈ ആൾമാറാട്ടം ഫലിക്കുമെന്ന് കമ്പനിക്കുറപ്പാണ്. വലിപ്പത്തിന്റെ ആരാധകർ കൂടിയായ കുട്ടികൾ വലിയ മിഠായി തെരഞ്ഞെടുക്കാൻ തുടങ്ങിയതോടെ കമ്പനിയുടെ മനഃശാസ്ത്രവിദ്യ ക്ലിക്ക് ചെയ്തു എന്ന കാര്യം തെളിഞ്ഞിരിക്കുകയാണ്.

അളവുകൾക്ക് മനുഷ്യരെ വല്ലാതെ സ്വാധീനിക്കാൻ കഴിയുമെന്നത് പുതിയ ഒരറിവൊന്നുമല്ല. നീളം, വീതി, ഉയരം, താഴ്ച, മുകൾഭാഗം, കീഴ്ഭാഗം എന്നിങ്ങനെ അളവുകളുമായി ബന്ധപ്പെട്ട പലതിനും മനുഷ്യമനസ്സുമായി വലിയ ഒരിടപാടുണ്ട്.

പ്രവാചകന്മാർക്ക് അനുയായികളോട് സംസാരിക്കാൻ ഏറ്റവും നല്ല സ്ഥലം കുന്നിന്റെ മുകൾഭാഗം തന്നെയാണെന്നതിന് തെളിവാണ് ഗിരിപ്രഭാഷണം. കുന്നിന്റെ മുകളിൽനിന്നുകൊണ്ട് എന്തുപറഞ്ഞാലും

താഴെ നിൽക്കുന്നവർക്ക് അത് വലിയ കാര്യമായി തോന്നും. അത് ഉയരങ്ങളുടെ ഒരു വലിയ സാധ്യതയാണ്. അൽപം ഉയരത്തുനിന്നു കൊണ്ട് പറയുകയാണ് കേൾക്കുന്നവരെ അനുസരിപ്പിക്കാനുള്ള നല്ല മാർഗ്ഗം. കുഴിയിൽ ഇറങ്ങി നിൽക്കുന്നയാൾ മുകളിൽ നിൽക്കുന്നയാൾക്കു നേരെ ആജ്ഞ പുറപ്പെടുവിച്ചാൽ കേൾക്കുന്നവന് അതൊരു തമാശയായേ തോന്നുകയുള്ളൂ.

വലിപ്പങ്ങളെയും ചെറുപ്പങ്ങളെയും കച്ചവടരംഗത്ത് നന്നായി ഉപയോഗപ്പെടുത്തുന്നതിൽ പരസ്യതന്ത്രങ്ങൾ പൊതുവെ ശ്രദ്ധിച്ചുവരുന്നുണ്ട്. ടൂത്ത് പേസ്റ്റിന്റെ വിൽപന വർധിപ്പിക്കാൻ ടൂത്ത് ബ്രഷിന്റെ പരസ്യത്തിൽ ഒന്നു ശ്രദ്ധിച്ചാൽ മതിയാകും. ഒരു മാതൃകാ പരസ്യം ഇങ്ങനെ:

'മനുഷ്യർ പൊതുവെ വലിപ്പങ്ങളെ ആദരിക്കുന്നു. വലിപ്പങ്ങൾ പല തരത്തിലാവാം. ബുദ്ധിയുടെ വലിപ്പം കൊണ്ടുതന്നെയാണ് ആൽബർട്ട് ഐൻസ്റ്റീൻ മഹാനായി മാറിയത്. ചെയ്യുന്ന എല്ലാ പ്രവൃത്തികളും മുഴുമിപ്പിക്കുക. പൂർണതയെ ആദരിക്കുക എന്നതാണ് മഹത്ത്വത്തിന്റെ ലക്ഷണം. ഓരോ പ്രവൃത്തിയിലും ഇത് തുടിച്ചുനിൽക്കണം. അതുകൊണ്ടാണ് ടൂത്ത് പേസ്റ്റ് എടുക്കുമ്പോൾ ബ്രഷ് നിറച്ച് എടുക്കണമെന്ന് പറയുന്നത്.

അടിത്തട്ടുവരെ കാണാവുന്ന ഒരു ജലാശയംപോലെ നിഷ്കളങ്കമായ ഈ പരസ്യവാചകത്തിൽ കച്ചവടം എവിടെയാണെന്ന സംശയം വരാം. സുന്ദരനായ ഒരു മനുഷ്യൻ ബ്രഷ് നിറയെ ടൂത്ത് പേസ്റ്റ് എടുക്കുന്ന ചിത്രംപോലും ഒന്നും തെളിയിക്കുന്നില്ലല്ലോ. എന്നാൽ, ഇതിന്റെ കൂടെ കമ്പനി ടൂത്ത് ബ്രഷിന്റെ വലിപ്പം അൽപം കൂട്ടിയിരിക്കും. വലിപ്പത്തോട് ചാഞ്ഞുകിടക്കുന്ന മനസ്സും സുന്ദരനായ മനുഷ്യനും പരസ്യവാചകവും എല്ലാം ആളുകളുടെ മനസ്സിൽ ഒന്നിച്ചു പ്രവർത്തിക്കാൻ തുടങ്ങിയാൽ, മുമ്പ് രണ്ടാഴ്ചകൊണ്ട് തീർന്നിരുന്ന പേസ്റ്റ് ഒന്നര ആഴ്ച കൊണ്ട് തീരും.

അളവുകളുടെ ജന്മപരമ്പരയിൽ വസ്ത്രങ്ങളുടെ അളവും കടന്നുവരുന്നു. വസ്ത്രങ്ങളുടെ അളവ് ശരീരത്തെക്കുറിച്ചുള്ള നിശിതമായ ബോധത്തിലേക്ക് ഒരു വ്യക്തിയെ കൊണ്ടുവരുന്നുണ്ട്. ഇറുകിയ വസ്ത്രം ധരിക്കുന്നയാൾക്ക് കുറേ കഴിയുമ്പോൾ വസ്ത്രം ഇല്ലാതെയായി ശരീരം മാത്രം ഉണ്ടായിവരുന്ന ഒരനുഭവം മനസ്സിൽ സംഭവിച്ചുകൊണ്ടിരിക്കും.

ഇടുങ്ങിയ മുറിയിൽ ഇരിക്കുമ്പോഴാണ് ഒരാൾക്ക് തന്നെക്കുറിച്ചുള്ള ഇടിമുഴക്കം പോലുള്ള ചില അറിവുകൾ സംഭവിക്കുക. ഇത് പതിവു രീതിയിലുള്ള ഒരാത്മപരിശോധനയൊന്നുമല്ല. തന്റെ തന്നെ ഏറ്റവും ഭയാനകമായ ഒരു മുഖാമുഖമാണ്. ലോകത്തിലെ ഒട്ടെല്ലാ ജയിലുകളിലെയും ഏകാന്തതടവിനു ശിക്ഷിക്കപ്പെട്ടയാൾ കിടക്കേണ്ട മുറി ഇപ്രകാരം ഇടുങ്ങിയതായിരിക്കും. തടവറയുടെ ഉയരം കൊണ്ടും തടവു

പുള്ളിയെ നിരന്തരമായ പരീക്ഷണത്തിൽ അകപ്പെടുത്താൻ കഴിയും. തടവുകാലം കഴിഞ്ഞാൽ അയാൾ മുമ്പ് കൊണ്ട് നടന്നിരുന്ന ആദർശങ്ങളിൽ പലതിനെയും തള്ളിപ്പറയുന്നത് ഇത്തരം കുറേ പരീക്ഷണങ്ങളെ നേരിട്ടതുകൊണ്ടാവണം.

ശിക്ഷയുടെ ഭാഗമായി ഒരു നായ്ക്കൂട്ടിൽ ശരീരം വളച്ച് വർഷങ്ങളോളം കിടക്കേണ്ടിവരികയെന്നത് സ്വന്തം ശരീരത്തിലേക്കുതന്നെ ഗതികിട്ടാതെ അലറിവീഴുന്ന ഒരനുഭവമാണ്. അങ്ങനെ കുറെക്കാലം കിടക്കുമ്പോൾ അളവുകളുടെ അദ്ഭുതം അയാളെ, നീ ഒരു നായ തന്നെയാണ് എന്ന് പഠിപ്പിച്ചുകൊണ്ടിരിക്കും. സ്ത്രീകൾ ഏറക്കുറെ എല്ലായ്പ്പോഴും ഈ വീഴ്ചയുടെ അനുഭവത്തിലാണ്. ഇത് ചേതോഹരമായ ഒരു വീഴ്ചയായതുകൊണ്ട് അവർ പെട്ടെന്ന് അതറിയുന്നില്ലെന്നുമാത്രം.

ഭക്തനെ നിസ്സാരനാക്കാനുള്ള ഒരു മാർഗ്ഗം ദേവാലയത്തിന്റെ നീളവും വീതിയും ഉയരവും കൂട്ടുകയാണ്. തലക്കുമുകളിലെ മേൽക്കൂര വളരെ ഉയരത്തിലാകുമ്പോൾ താൻ ഇല്ലാതെയായി ദൈവം ഉണ്ടായിവരുന്ന ഒരനുഭവം മനസ്സിൽ സംഭവിച്ചുകൊണ്ടിരിക്കും. വാസ്തുശില്പികൾ പണ്ടുമുതലേ ഈ വാസ്തവം മനസ്സിലാക്കിയിട്ടുണ്ട്. ദേവാലയത്തിന്റെ ഉയരക്കുറവുകൊണ്ടും ഭക്തനെ ദൈവത്തിലേക്ക് കൊണ്ടുവരാൻ കഴിയും. തലകുനിച്ചുമാത്രം ഉള്ളിൽ കടക്കാൻ കഴിയുന്ന വിധത്തിലുള്ള ഉയരം കുറഞ്ഞ വാതിലുള്ള ക്ഷേത്രത്തിലേക്ക് കടക്കുന്ന നിരീശ്വരവാദിക്കുപോലും ശരീരംകൊണ്ട് ദൈവത്തെ ഒന്നുവണങ്ങേണ്ടി വരും. ഇതുതന്നെ നിരന്തരം ആവർത്തിക്കുമ്പോൾ മനസ്സുകൊണ്ടും ദൈവത്തെ വണങ്ങാൻ തുടങ്ങും. ഇത് ഉയരക്കുറവിന്റെ ഒരു സാധ്യതയാണ്. ഉയരവും താഴ്ചയും നീളവും വീതിയും പങ്കെടുക്കുന്ന ഒരു സമ്മർദ്ദിത നാടകവേദിക്കകത്താണ് മനുഷ്യൻ.

●

ഭക്ഷണവും മനസ്സും സംസ്കാരവും

ഏറ്റവും ഉത്തമമായ ഭക്ഷണം അവനവൻ തന്നെയാണെന്നത് സ്വന്തം വിരൽ കുടിക്കുന്ന ഒരു ശിശുവിന്റെ കണ്ടുപിടിത്തമാണ്. ശിശുവിന്റെ കണ്ടുപിടിത്തങ്ങളിൽ പലതും നാഗരികതയുടെ ശൈശവത്തിനും ബാധകമാണ്. ആത്മരതി ശീലമാക്കിയ വളർന്ന മനുഷ്യനും പ്രതീകാത്മകമായി തന്നെത്തന്നെ ഭക്ഷിക്കുകയാണ്. തന്റെ തന്നെ പ്രതിബിംബത്തെ കാമിച്ച ഗ്രീക്ക് ഇതിഹാസത്തിലെ നാർസിസസ് നഷ്ടപ്പെട്ട ബാല്യകാലത്തെ ഒരു പ്രത്യേക തരത്തിൽ നടിച്ചു തീർക്കുകയാണെന്നു വേണം കരുതാൻ.

ഭക്ഷണത്തെക്കുറിച്ചുള്ള ഏതൊരു ചർച്ചയിലും ഭക്ഷണത്തെ ആവശ്യമാക്കുന്ന ശരീരവും ഭക്ഷണം ആസ്വാദ്യമോ വിരസമോ ആക്കുന്ന അവയവങ്ങളും രസദ്രവങ്ങളും മനസ്സും കടന്നുവരുന്നു. ഭക്ഷണം കഴിക്കാത്ത അവസ്ഥയിൽ (വിശന്നിരിക്കുമ്പോൾ) വ്യക്തിയും പ്രകൃതിയും തമ്മിൽ ഗുരുതരമായ ഒരന്യവത്കരണം നിലനിൽക്കുന്നുണ്ട്. ഭക്ഷണവും വായുവുമാണ് പ്രകൃതിയിലേക്ക് ഒരുവനെ വലിച്ചടുപ്പിക്കുന്നത്. മൂക്കും വായും ശ്വാസകോശവും ആമാശയവും പ്രകൃതിയും ചേർന്ന് വിശുദ്ധമായ ഒരു കരാറിൽ ഏർപ്പെട്ടിട്ടുണ്ട്. ഈ കരാറിന് വരുന്ന ഒരു ഭംഗം ശ്വാസംമുട്ടോ ഭക്ഷണം ഇറങ്ങാത്ത സ്ഥിതിയോ ആണ്. അപ്പോൾ 'ഞാൻ തന്നെ ബ്രഹ്മം' എന്ന അദ്വൈതത്തിന് എതിരായ ഒരു മനോഭാവം സംഭവിക്കുന്നു. ഞാനും പ്രകൃതിയും രണ്ടാണെന്ന ദ്വൈതവാദത്തിന്റെ ഒരു വ്യക്ത്യനുഭവം ഇങ്ങനെയാണ്. ഒരു പ്രകൃതിദൃശ്യം ആസ്വാദ്യകരമാവുക ഉണ്ടിരിക്കുന്ന അവസ്ഥയിലാണ്.

ഉണ്ടിരിക്കുന്ന നായരുടെ ഉൾവിളിയെന്ന ചൊല്ലിൽ ഭക്ഷണവും ആത്മീ

യതയും തമ്മിൽ ഇഴപിരിഞ്ഞു കിടക്കുന്ന അദൃശ്യമായ ഒരു നാടക വേദിയുടെ നിശ്ശബ്ദസൂചനകളുണ്ട്. ഭക്ഷണം കഴിക്കാത്ത നാളുകളെ ക്കുറിച്ചും പട്ടിണിയെക്കുറിച്ചും എല്ലാം എഴുതിയിട്ടുള്ളവർ ഏറെ യും അല്പമൊക്കെ ഭക്ഷണം കഴിക്കാൻ ഗതിയുള്ളവരായിരുന്നു എന്നു നാം ഓർക്കണം. പട്ടിണികിടന്നുകൊണ്ട് വാക്കിൽ തൊട്ടാൽ വാക്ക് ഒരു കളിയോടെ തെന്നിമാറും. എഴുത്തുമുറിയിലേക്കും ഭക്ഷണശാല യിലേക്കും ആരും കാണാത്ത ഒരു പാലം ഉണ്ട്. ഊണുകഴിഞ്ഞശേഷം പിന്നിട്ടകാലത്തെ പട്ടിണിയെക്കുറിച്ച് എഴുതാം. ഇത് മനുഷ്യാ നുഭവങ്ങളുടെ ഒരു പ്രത്യേകതയാണ്. അനുഭവങ്ങൾ ഏറ്റവും ഉയരം പ്രാപിക്കുമ്പോൾ ഒരാൾ അനുഭവിക്കുകമാത്രം ചെയ്യുന്നു. ആവിഷ് കരണം സംഭവിക്കുക, അനുഭവം അനുഭവിക്കുന്നയാളെ ആശ്വസിപ്പി ക്കുമ്പോഴാണ്.

വാ തുറക്കുന്നത് ഭക്ഷണം കഴിക്കാനാണെന്ന അറിവ് ശൈശവത്തി ന്റേതാണ്. മുലപ്പാൽ മുതൽ വിവിധതരത്തിലുള്ള ഭക്ഷണ വസ്തുക്കൾ വരെ നീണ്ടുകിടക്കുന്ന ഭക്ഷണങ്ങളുടെ ജന്മപരമ്പര മുഴുവൻ 'വാ തുറക്ക് .... അം..അം...' എന്ന ശബ്ദവുമായി ഇഴപിരിഞ്ഞുകിടക്കുന്നുണ്ട്. 'അം' എന്നത് പിന്നീട് 'അമ്മ' എന്ന വാക്കിന്റെ ആദ്യപടിയായിത്തീ രുന്നു. റഷ്യക്കാർ 'മേതർ' എന്നും, ഇംഗ്ലീഷുകാർ 'മദർ' എന്നും സം സ്കൃതത്തിൽ 'മാതാ' എന്നും പറയുന്നത് അമ്മയെയാണ്. ലോകത്തി ലെ ഒട്ടെല്ലാ ഭാഷയിലും 'അമ്മ' എന്ന നാമത്തിന് സമാനതയുണ്ട്. 'അം' എന്നതിലെ 'മ' അമ്മയെ സൂചിപ്പിക്കാൻ ഒട്ടെല്ലാഭാഷയിലുമുണ്ട്.

നിലാവിന്റെ വമ്പിച്ച സ്നേഹത്തിനടിയിലെ ഏതോ വീട്ടുമുറ്റത്ത് നടന്നും ഇരുന്നും കുഞ്ഞിനെ ഊണുകഴിപ്പിക്കാൻ പാടുപെടുന്ന ഏതോ ഒരമ്മ പറഞ്ഞതും കുട്ടി അറിഞ്ഞതുമായ 'അം' എന്ന വാക്കിൽ നിന്നാവാം 'അമ്മ' ഉണ്ടായത്. അമ്മ ശിശുവിന് ഇന്നും ഭക്ഷണം തന്നെയാണ്. അമ്മയും അന്നവും ആലിംഗനം ചെയ്യുന്ന ഒരു ശൈശ വാനുഭവമാണ് മനുഷ്യന്റെ പിൽക്കാല ചരിത്രത്തിന്റെ ഒരടിസ്ഥാനം.

കുട്ടിക്ക് ഏറ്റവും സ്നേഹമുള്ളപ്പോൾ 'അമ്മയെ കടിച്ചുതിന്നാൻ തോന്നുന്നു' എന്നാണ് പറയുക. വായിലൂടെയാണ് ആത്മാവിലേക്കുള്ള വഴി എന്നതിന്റെ ഒരു ദുരന്തം ഇതിലുണ്ട്. ഇങ്ങനെ തന്നെ കടിച്ചുതി ന്നിരുന്ന മകൻ ഒരു ദിവസം അമ്മയോട് ഇതാ നോക്ക് എന്നു പറഞ്ഞ് വാ തുറക്കുമ്പോൾ വായിൽ ഈരേഴുപതിനാലു ലോകവും കണ്ട് അമ്മ പെട്ടെന്ന് ചെറുതാവുന്നുണ്ട്. മകൻ തന്നെ ഭക്ഷിച്ച് തന്നെക്കാൾ മു ന്നേറിയതുകാണാൻ അമ്മമാർ ആഗ്രഹിക്കുന്നുണ്ടോ എന്നറിയില്ല.

തന്നെ തിന്നുവളർന്ന മകൻ വളർച്ചയോടെ തന്നിൽ നിന്നകലുന്നത് അമ്മയ്ക്കിഷ്ടമില്ലെന്നാണ് ഇടശ്ശേരിയുടെ പൂതപ്പാട്ട് പറയുന്നത്. നാഗരിക മാതാവിന്റെ പ്രതിനിധിയായ 'നങ്ങേലി' ഉണ്ണിയെ കുടുമ കെട്ടി, പൊട്ടു തൊടീച്ച്, ഒരെഴുത്താണിയും കൈയിൽ കൊടുത്ത് പള്ളിക്കൂടത്തിലേക്കയക്കുമ്പോൾ, കുന്നിൻമോളിൽ അവളുടെ തന്നെ

അനാഗരികചേതനയായ പൂതം ഉണ്ണിയെ കാത്തുനിൽപുണ്ട്. നാഗരികതയുടെ ചിഹ്നമായ എഴുത്താണി വലിച്ചെറിഞ്ഞാൽ അവനുപിന്നെ ആദിമാതൃത്വത്തിന്റെ (പൂതത്തിന്റെ) പറുദീസയാണ്. അവിടെ പാല പൂക്കുന്നു. എല്ലാ പുഴകൾക്കും നാക്കു മുളയ്ക്കുന്നു.

ഉണ്ണിക്ക് ഏഴുവയസ്സു തികയുന്നത്, പൂതപ്പാട്ടിൽ, ഒരമ്മയുടെ ആനന്ദവും ആ അമ്മയുടെ തന്നെ ഉൾവനങ്ങളിൽ കുടികൊള്ളുന്ന അനാഗരികയായ ഒരമ്മയുടെ (പൂതത്തിന്റെ) വേദനയുമാണ്. ഈ രണ്ടമ്മമാരും തമ്മിലുള്ള കലഹത്തിൽ നാഗരികയായ അമ്മ ജയിക്കുന്നതുകൊണ്ടാണ് അനേകം പള്ളിക്കൂടങ്ങളും അവയിലൊക്കെ പലതരം അധ്യാപകരും ചൂരലുകളും ചോക്കുപൊടിയും പി. എഫും, അലവൻസും ഇൻക്രിമെന്റുകളും ഉണ്ടായത്. അനാഗരികയായ അമ്മ പിന്നെ ആണ്ടോടാണ്ട് മകരക്കൊയ്ത്ത് കഴിഞ്ഞ കാലത്ത് കുഴൽവിളിയുമായി ഉണ്ണിയെ ത്തേടി നടക്കുന്നുണ്ട്. ഒരു കാലത്ത് തന്നെ ഭക്ഷണമാക്കിയിരുന്ന ഉണ്ണി പുറത്തുനിന്നും ഭക്ഷണം കണ്ടെത്തുകയെന്നത് അമ്മയുടെ ഒരുപാതി ആഗ്രഹിക്കുമ്പോൾ മറുപാതി അതിൽ ഖിന്നയാവുന്നുണ്ട്. അമ്മയും അമ്മയും തമ്മിലുള്ള ഈ നിശ്ശബ്ദകലഹമാണ് പിന്നീട് പരശ്ശതം കോട്ടയം വാരികകളിൽ അമ്മായിയമ്മമാരുടെ അതിപ്രശസ്തമായ സംഗരമായി മാറുന്നത്. ഇന്ന് എല്ലാ ബസ്കണ്ടക്ടർമാരാലും അനുദിനം അപമാനിക്കപ്പെടുന്ന സ്കൂൾ കുട്ടികളുടെ മുതുകത്ത് പാഠപുസ്തകങ്ങളുടെ രൂപത്തിൽ വലിയ ഭാരമായി നിറയുന്നത് നങ്ങേലിയുടെ പാരമ്പര്യമാണ്. കുട്ടി ഉള്ളിൽ പൂതത്തെ തിരയുന്നുണ്ട്. തന്റെ ഭക്ഷണമായിരുന്ന അമ്മയുടെ ആ ഒരവയവം പിന്നീട് ഒരു ലൈംഗികചിഹ്നമായി മാറുന്ന ഒരു ദുരന്തപരിണതിയേയും അവൻ നേരിടുന്നുണ്ട്. നാഗരികയായ അമ്മയിൽ അനാഗരികയായ അമ്മയെ തിരയുന്ന മകൻ ചിലപ്പോൾ ഒരു ഈഡിപ്പസ് ദുരന്തവൃത്തം പൂർത്തിയാക്കുന്നുണ്ട്. ചിലപ്പോൾ മനസ്സുകൊണ്ട് അമ്മയെ അള്ളിപ്പിടിക്കുന്ന മകൻ മനോരോഗലക്ഷണവും പ്രകടിപ്പിക്കാം. അങ്ങനെ അമ്മയെന്ന ഭക്ഷണത്തിൽനിന്നും ഭക്ഷണം വച്ചുവിളമ്പിക്കൊടുക്കുന്ന നാഗരികയായ അമ്മയിലേക്കുള്ള പാതയിൽ എവിടെയോ അല്പം ചോര പൊടിഞ്ഞിട്ടുണ്ട്.

ഭക്ഷണം കഴിക്കാതെ പിണങ്ങിയിരിക്കുന്ന മകനിൽനിന്നാണ് മകൻ മറ്റൊരു വ്യക്തിയാണെന്ന അമ്മയുടെ ജ്ഞാനം ആരംഭിക്കുന്നത്. ഭക്ഷണം കഴിക്കാതെ പിണങ്ങിയിരിക്കുന്ന മകൻ അമ്മയെ ചിലതെല്ലാം ഓർമ്മിപ്പിക്കുന്നുണ്ട്. ഈ മകനെയാണ് പിന്നീട് നിരാഹാര സത്യഗ്രഹങ്ങളിൽ നാം കാണുന്നത്. ഭക്ഷണം കഴിക്കുകയെന്നതും ഭക്ഷണം ഉപേക്ഷിക്കുകയെന്നതും ഒരു സമരമാർഗ്ഗമാണ്. സ്വാതന്ത്ര്യസമരകാലത്ത് ലോകത്തിന്റെ ഒരു പ്രധാന നോട്ടം മഹാത്മാഗാന്ധിയുടെ വായിലേക്കായിരുന്നു. ഗാന്ധിജി ഭക്ഷണം കഴിക്കുന്നുണ്ടോ ഉപേക്ഷിക്കുന്നുണ്ടോ എന്നതനുസരിച്ചാണ് സ്വാതന്ത്ര്യ സമരത്തിന്റെ കാലാവസ്ഥ

രൂപപ്പെട്ടിരുന്നത്. അമ്മയോടു പിണങ്ങി ഭക്ഷണം കഴിക്കാതിരിക്കുന്ന കുട്ടി അങ്ങനെ ചരിത്രത്തിലേക്കു തലനീട്ടുന്നു. അമ്മയെക്കൊണ്ട് തന്റെ ആഗ്രഹം അംഗീകരിപ്പിക്കാൻ വേണ്ടിയാണ് കുട്ടി ഭക്ഷണം ഉപേക്ഷിക്കുന്നത്. ഗാന്ധിജി ബ്രിട്ടീഷുകാരെക്കൊണ്ടും എന്ന വ്യത്യാസമേയുള്ളൂ. മനുഷ്യന്റെ ഏറ്റവും പ്രാഥമികമായ ഒരു സമരരൂപം ഭക്ഷണനിരാസമാണ്. ഭക്ഷണം രാഷ്ട്രീയായുധമായി മാറുന്നതാണ് നിരാഹാരസത്യഗ്രഹങ്ങളിൽ കാണുന്നത്. ഇത് ഒരു കുട്ടിയുടെ മാനസിക സമരതന്ത്രമാണ്.

ബൈബിൾ പുരാവൃത്തമനുസരിച്ച് പഴം എന്ന ഭക്ഷണം കഴിച്ചതോടെയാണ് ആദിപിതാക്കൾ പറുദീസയിൽനിന്നു പുറത്തായത്. പഴം വിലക്കപ്പെട്ട പഴമാണെന്നുമാത്രം. വിലക്കപ്പെട്ട പഴം തിന്നതോടെയാണ് ആദത്തിന് താൻ പുരുഷനാണെന്നും ഹവ്വക്ക് താൻ സ്ത്രീയാണെന്നും മനസ്സിലായത്. ഈ തിരിച്ചറിവാണ് ബൈബിൾ പുരാവൃത്തമനുസരിച്ച് മനുഷ്യവർഗ്ഗത്തിന്റെ ഉൽപത്തിക്കു കാരണം.

പ്രകൃതിയുടെ അനുസരണയുള്ള ഒരവയവം പോലെ ജീവിച്ചിരുന്ന ആദിമമനുഷ്യൻ ഭക്ഷണം സ്വയം നിർമ്മിക്കാൻ തുടങ്ങിയതോടെയാണ് പ്രകൃതിയുടെ വിനീതനായ ദാസൻ എന്ന പദവിയിൽനിന്നും പുറത്തുകടന്നത്. തീ കണ്ടുപിടിച്ചതോടെ മനുഷ്യന്റെ ഭക്ഷണം മറ്റു ജീവികളുടെ ഭക്ഷണങ്ങളിൽനിന്നെല്ലാം തികച്ചും വ്യത്യസ്തമായി.

ഭക്ഷണത്തിന് പ്രത്യേക പദവി ലഭിക്കുന്നത് തീ കണ്ടുപിടിച്ചതോടെയാണ്. ഇതോടെ ഭക്ഷണത്തിന് പ്രത്യേകസമയം ഉണ്ടായി. പിന്നീട് ആ സമയം വന്നാൽ വിശക്കാൻ തുടങ്ങുകയും ചെയ്തു.

ഭക്ഷണവുമായി ബന്ധപ്പെട്ടാണ് പ്രാചീന മനുഷ്യരുടെ പല ആചാരാനുഷ്ഠാനങ്ങളും ഉണ്ടായത്. ഉരുളക്കിഴങ്ങുകൃഷി കൊടുങ്കാറ്റിൽ നശിച്ചുപോകാതിരിക്കാൻ ജപ്പാനിലെ ആദിമജനത കണ്ടുപിടിച്ച ഒരു മാർഗ്ഗമായിരുന്നു കൃഷിക്കളത്തിൽ കൊടുങ്കാറ്റിനെ നടിച്ചുകാണിക്കുകയെന്നത്. കൈകളിൽ ചിറകുകൾ വച്ചുകെട്ടി കൊടുങ്കാറ്റായി അഭിനയിച്ചാൽ പിന്നെ കൊടുങ്കാറ്റ് വരില്ലെന്നായിരുന്നു അവരുടെ വിശ്വാസം. താൻ ശരീരംകൊണ്ട് ചെയ്യുന്ന ഒരു ക്രിയക്ക് പ്രകൃതിയിൽ ഒരു മാറ്റം വരുത്താൻ കഴിയുമെന്ന പ്രാചീന വിശ്വാസമാണ് ഇതിനു പിന്നിലുള്ളത്. ഇത് പിന്നീട് ഒരനുഷ്ഠാനവും പൊട്ടറ്റോ ഡാൻസ് എന്ന പേരിൽ ഒരു കലാരൂപവുമായിത്തീർന്നു.

വയലിൽ വിത്തു വിതച്ചുകഴിഞ്ഞാൽ പിന്നെ ദ്രവരൂപത്തിലുള്ള ഭക്ഷണം കഴിക്കരുതെന്നാണ് ആസ്ട്രിയൻ ആദിവാസികൾ വിശ്വസിക്കുന്നത്. കഞ്ഞികുടിച്ചാൽ വയലിൽ വെള്ളം കൂടി കൃഷിനശിക്കുമെന്ന് അവർ വിശ്വസിക്കുന്നു. (ഫ്രോയ്ഡിന്റെ totem and taboo ഫ്രെയ്സറുടെ 'ഗോൾഡൻ ബോ' എന്നീ പുസ്തകങ്ങളിൽ ഇത് രേഖപ്പെടുത്തിയിട്ടുണ്ട്.) താൻ കഴിക്കുന്ന ഭക്ഷണത്തിന് പ്രകൃതിയിൽ ഒരു സ്വാധീനശക്തിയുണ്ടെന്ന വിശ്വാസമാണിത്. തന്റെ ചുറ്റുപാടുകളെ മാറ്റാനുള്ള

ഒരു മാർഗം പഴയ മനുഷ്യന് തന്നെ മാറ്റുകയെന്നതാണ്. തനിക്കു പിടി തരാത്ത പ്രകൃതി പ്രതിഭാസങ്ങളെ തന്റെ വരുതിയിലാക്കാനുള്ള മനുഷ്യന്റെ നിസ്സഹായമായ ഒരു പരിശ്രമമാണിത്. മരിച്ചവരുടെ വിശപ്പുമാറ്റാൻ ജീവിച്ചിരിക്കുന്നവർ ഭക്ഷണം കഴിക്കുന്ന രീതി ഇക്കാലത്തും ആളുകൾക്കിടയിലുണ്ടല്ലോ. ഒട്ടെല്ലാ മതങ്ങളിലും മരിച്ചവരെ ആദരിക്കുന്നത് അവരുടെ പേരിൽ ജീവിച്ചിരിക്കുന്നവർ ഭക്ഷണം കഴിച്ചാണ്.

ശബരിമലക്കു മാലയിട്ടിരിക്കുന്നയാൾ സാത്വികമല്ലാത്ത ഭക്ഷണം കഴിച്ചാൽ പുലി പിടിക്കുമെന്നായിരുന്നു അല്പകാലം മുമ്പുള്ള വിശ്വാസം. കാടും പുലിയും എല്ലാം നാഗരികതയുടെ ആക്രമണത്തിൽ അകലാൻ തുടങ്ങിയിരിക്കുന്ന ഇക്കാലത്ത് ഇത് വാഹനാപകടത്തെക്കുറിച്ചുള്ള ഭയമായി വേഷം മാറിയിട്ടുണ്ട്. അതങ്ങനെയാണ്. ഭയത്തിന്റെ രൂപവും പരിസരവും മാറുമെങ്കിലും ചിലഭയങ്ങൾ പ്രച്ഛന്ന വേഷത്തിൽ മനുഷ്യമനസ്സിലൂടെ അലഞ്ഞുകൊണ്ടിരിക്കും. ഭയങ്ങൾക്ക് സാമാന്യസ്വഭാവം വരുമ്പോഴാണ് അവ ആചാരാനുഷ്ഠാനങ്ങളുടെ രൂപത്തിൽ വ്യക്തികളെ നിയന്ത്രിക്കാൻ തുടങ്ങുന്നത്.

ഏറ്റവും ഇഷ്ടപ്പെട്ടതിനെ ഭക്ഷിക്കുകയെന്നത് പഴയ ഒരു ഗോത്രാചാരമാണ്. ഏറ്റവും ഇഷ്ടപ്പെട്ട മൃഗത്തെ കൊന്നുതിന്നുകയാണ് ചെയ്യുക. ഇത് എല്ലാ ബലികളുടെയും പിന്നിലുള്ള രക്തംപുരണ്ട സ്നേഹമാണ്. നരബലിയുടെയും ഒരു തത്ത്വം ഇതാണ്. കൊന്ന പാപം തീരണമെങ്കിൽ കൊന്നതിനെ തിന്നണം. കൊന്നാൽ പാപം തിന്നാൽ തീരും എന്നാണ് പറയുക. തിന്നുമ്പോൾ ഇര തന്റെ ശരീരത്തിന്റെ ഭാഗമായിത്തീരുന്നു. അങ്ങനെ ഇര താൻ തന്നെയായിത്തീരുന്നു. വേട്ടക്കാരനും ഇരയും ഒന്നായിത്തീരുന്ന ഒരു സന്ദർഭമാണിത്. യുദ്ധത്തിൽ തടവുകാരായി പിടിച്ച ധീരരായ ശത്രുക്കളെ കൊന്നുതിന്നുകയെന്നത് പല ആദിവാസി ഗോത്രങ്ങളിലും നിലനിന്നിരുന്ന ഒരു ഗോത്രാചാരമായിരുന്നു. ശത്രുവിന്റെ കരുത്തിനെയും മറ്റു ഗുണങ്ങളെയും തന്റേതാക്കി മാറ്റാനുള്ള ആഗ്രഹമാണ് ഇതിനു പിന്നിലുള്ളത്.

തിന്നുകയെന്നത് ആധിപത്യത്തിന്റെ ഒരു ക്രിയ കൂടിയാണ്. തീൻമേശക്കു മുന്നിലിരുന്ന് മാംസം കടിച്ചു പറിക്കുന്ന പരിഷ്കാരിയായ മനുഷ്യൻ മാംസഭുക്കായ മൃഗത്തിന്റെയും നരഭോജിയായ കാട്ടുമനുഷ്യന്റെയും ജന്മത്തിന്റെ ഏതൊക്കെയോ സത്യങ്ങളിൽ തൊടുന്നുണ്ടെന്ന് ആൾക്കൂട്ടവും അധികാരവും (Crowds and Power) എന്ന പുസ്തകത്തിൽ ഏലിയാസ് കനേറ്റി നിരീക്ഷിക്കുന്നുണ്ട്. സാവധാനം കടിച്ചുപറിച്ച് ചവച്ചരയ്ക്കുന്നതിനിടയിൽ മനുഷ്യന്റെ താടിയെല്ലുകളുടെ ചലനം മാനിന്റെ ഇറച്ചി കടിച്ചുപറിക്കുന്ന സിംഹത്തിന്റെ മുഖചലനങ്ങളെയാണ് ഓർമ്മിപ്പിക്കുന്നത്. അങ്ങനെ, മനുഷ്യനും മൃഗവും ഒന്നിക്കുന്ന ഒരു ലയബിന്ദുവാണ് ഭക്ഷണം കഴിക്കുന്ന നിമിഷം. അതിജീവനത്തിന്റെ ചോരപുരണ്ട നിമിഷം കൂടിയാണത്.

മനോവിഷമം കൂടുമ്പോൾ ഭക്ഷണം ഉപേക്ഷിക്കുന്നവരും ഭക്ഷണത്തി

ന്റെ അളവ് കൂട്ടുന്നവരുമുണ്ട്. രതിയെന്നതുപോലെ തീറ്റയും ഏകാന്തതയേയും മരണബോധത്തേയും മറികടക്കാനുള്ള ഒരു മാർഗ്ഗമാണ്. ഒരാൾക്ക് തന്നെ പുറത്തേക്ക് പ്രക്ഷേപിക്കുവാനുള്ള ഒരു പ്രധാനവഴിയാണ് രതി. തീറ്റയും അങ്ങനെ തന്നെ. വി.കെ. എന്നിന്റെ കഥാപാത്രങ്ങളുടെ തീറ്റ നോക്കിയാൽ ഇതു മനസ്സിലാവും. സംഭോഗം പോലെത്തന്നെയാണ് അവർക്ക് തീറ്റയും. തീറ്റയിൽ രതി അനുഭവിക്കുന്ന ഈയൊരവസ്ഥ ഒരു ശിശുവിൽ സ്വാഭാവികമായി സംഭവിക്കുന്നുണ്ട്. ഫ്രോയ്ഡ് പറയുന്ന ഓറൽ, ആനൽ ഘട്ടങ്ങളെ വിശകലനം ചെയ്താൽ ഇത് മനസ്സിലാവും. തീറ്റയിൽ നിന്നുള്ള ഈ രത്യനുഭവം ഒരാൾക്ക്, സ്വന്തം മനഃശരീരങ്ങളുടെ ഉള്ളടക്കത്തിൽ നിന്നുകൊണ്ട് ചെയ്യാവുന്ന ഒരു വിമോചനതന്ത്രമാണ്.

മനഃസംഘർഷമുണ്ടാവുമ്പോൾ ഭക്ഷണമുപേക്ഷിക്കുന്നവരെയും ഉറങ്ങാതിരിക്കുന്നവരെയുമാണ് നമുക്ക് കൂടുതൽ പരിചയം. എന്നാൽ കടുത്ത മനോവിഷമം കൊണ്ട് സാധാരണയിലധികം ഉറങ്ങുന്നവരും ഗംഭീരമായി തിന്നുന്നവരും ഉണ്ട്. മനസ്സിനെ രക്ഷിക്കാൻ ശരീരം രൂപീകരിക്കുന്ന ഒരു പ്രതിരോധതന്ത്രമാണിത്. ഗുരുവായൂരിനടുത്തുള്ള തൈക്കാട്ട് കുറച്ചുമുമ്പ് ഒരു കാരണവർക്ക് അതിർത്തിത്തർക്കത്തിൽ തലക്കടിയേറ്റു. തല പൊളിഞ്ഞപ്പോൾ അദ്ദേഹം നനഞ്ഞ ഒരു തോർത്തുകൊണ്ട് തല വരിഞ്ഞുകെട്ടി അടുക്കളയിൽ ചെന്ന് അടുപ്പിൽ നിന്നും ചോറ്റുകലം ഇറക്കിവച്ച് ചോറ് കിണ്ണത്തിലാക്കി തലേന്നത്തെ കറിയും കൂട്ടി അത്യാവേശത്തോടെ വാരിത്തിന്നുകയാണ് ചെയ്തത്. തീറ്റ കഴിഞ്ഞതിനു ശേഷമാണ് ആളുകൾ അദ്ദേഹത്തെ ആശുപത്രിയിലാക്കിയത്.

ഭക്ഷണരീതി ഒരു വ്യക്തിയുടെയും ചിലപ്പോൾ ഒരു ജനതയുടെത്തന്നെയും സാംസ്കാരികനിലയേയും നൈതികനിലയേയും മനസ്സിലാക്കാനുള്ള ഒരു മാപിനിയാണ്. വ്യക്തി ഒരു പുതിയ ജീവിതരീതി സ്വീകരിക്കുമ്പോൾ ഭക്ഷണശീലത്തിലും മാറ്റംവരും. ബുദ്ധമതം സ്വീകരിച്ചതിനുശേഷം അശോകചക്രവർത്തി കൊത്തിവച്ചിട്ടുള്ള ശിലാശാസനങ്ങളിൽ പലതിലും ജനങ്ങൾ ഭക്ഷണശീലത്തിൽ വരുത്തേണ്ട മാറ്റങ്ങളെക്കുറിച്ചുപറയുന്നുണ്ട്. ബുദ്ധമതം സ്വീകരിക്കുന്നതിനു മുമ്പ് അശോകന്റെ കൊട്ടാരത്തിൽ മയിലുകളെവരെ അറുത്തിരുന്നു. ഈ ഭൂമിയിലെ എല്ലാ വസ്തുക്കളും മനുഷ്യർക്ക് അനുഭവിക്കാൻ വേണ്ടി സൃഷ്ടിക്കപ്പെട്ടിട്ടുള്ളതാണെന്നു വിശ്വസിക്കുന്ന ചില സെമിറ്റിക് മതവിശ്വാസികൾ ചുറ്റുപാടുകളെ മുഴുവൻ ഭക്ഷണമായി കാണുന്നുണ്ട്. എല്ലാ നാൽക്കാലികളെയും സസ്യലതാദികളെയും ആമാശയത്തിന്റെ കണ്ണുകൊണ്ട് നോക്കിക്കാണുന്ന രീതിയിലേക്ക് ഇത് സംഭവിക്കുന്നു. ഈ നിലയിൽ നോക്കിയാൽ പറന്നുപോകുന്ന ഒരു പക്ഷി ഇരുചിറകടിച്ചു പോകുന്ന ഒരു കൗതുകമല്ല, വെടിവച്ചിടേണ്ട ഒരു ഭക്ഷണം തന്നെയാണ്. പക്ഷി ഇരുന്ന് വിശ്രമിക്കുമ്പോൾ തനിക്ക് ഉന്നം പിടി

ക്കേണ്ട സമയമായെന്ന് വേട്ടക്കാരൻ ഉറപ്പിക്കുന്നു. പക്ഷിയുടെ വിശ്രമംതന്നെയാകുന്നു അതിന്റെ മരണം.

ലോകത്ത് വൻ ചലനങ്ങളുണ്ടാക്കിയ പല മതങ്ങളും സ്വന്തം ആശയമുറപ്പിച്ചത് മനുഷ്യരുടെ ഭക്ഷണശീലത്തിൽ മാറ്റം വരുത്തിക്കൊണ്ടാണ്. ബുദ്ധന്റെ അഹിംസാതത്ത്വം എത്രയെത്ര നാൽക്കാലികൾക്കാണ് ആയുസ്സ് നീട്ടിക്കൊടുത്തത്. പിന്നീട് ബ്രാഹ്മണമതത്തിന്റെ പുരോഹിതന്മാർ ബുദ്ധമതത്തെ അതിനുള്ളിൽ കടന്നുകയറിത്തന്നെ ശിഥിലമാക്കിയത് അഹിംസാതത്ത്വത്തിലധിഷ്ഠിതമായ ബുദ്ധമതത്തിന്റെ ഭക്ഷണരീതി ഉപയോഗിച്ചുതന്നെയാണ്. കൊന്നുതിന്നുന്നത് ദിനചര്യയാക്കിയ ഒരു സമൂഹത്തിൽ അഹിംസാതത്ത്വം നടപ്പിലാക്കിയാൽ ആളുകൾ പട്ടിണികിടന്ന് ചാകുമെന്ന് അവർ വാദിച്ചു. പ്രസിദ്ധ ചരിത്രകാരനായ ആർനോൾഡ് ടോയൻബി ഇതിനെക്കുറിച്ച് എഴുതിയിട്ടുണ്ട്.

സ്വാതന്ത്ര്യസമരം കൊടുമ്പിരികൊള്ളുമ്പോൾ ഗാന്ധിജി ചീരക്കറിയുടെ മേന്മകളെക്കുറിച്ച് പ്രബോധനം നടത്തുകയായിരുന്നു എന്ന ഒരാരോപണം ഇ.എം.എസ് അടക്കമുള്ള വലിയ നേതാക്കൾവരെ ഗാന്ധിജിക്കെതിരെ ഉന്നയിച്ചിട്ടുണ്ട്. ഗാന്ധിജി തനിക്കുള്ളിൽ നടത്തിക്കൊണ്ടിരുന്ന സ്വാതന്ത്ര്യസമരത്തിന്റെ ഭാഗമായിരുന്നു ഇതൊക്കെ. പ്രധാനമായും രണ്ടുതരത്തിലുള്ള സ്വാതന്ത്ര്യസമരമാണ് ഗാന്ധിജി നടത്തിയത്. ഒന്ന് വിദേശികളായ ബ്രിട്ടീഷുകാർക്കെതിരെയുള്ള സ്വാതന്ത്ര്യസമരം. മറ്റൊന്ന് തന്നെ ചൂഴ്ന്ന് നിൽക്കുന്ന പലതരത്തിൽപ്പെട്ട നീചവാസനകളിൽനിന്നു മുക്തിനേടാനുള്ള സ്വാതന്ത്ര്യസമരം. തന്നിൽനിന്നു മോചനം പ്രാപിച്ചവനേ ലോകത്തെ മോചിപ്പിക്കാൻ കഴിയൂ എന്ന് സ്വന്തം ജീവിതംകൊണ്ട് തെളിയിക്കാൻ ശ്രമിക്കുകയായിരുന്നു ഗാന്ധിജി. അത് അധികമാർക്കും മനസ്സിലായില്ല. അധികാരമോഹം ഉള്ളിൽ വച്ചുകൊണ്ട് പൊതുവായ അധികാരഘടനക്കെതിരെ സമരം നടത്തുന്ന വിപ്ലവകാരികൾക്ക് ഗാന്ധിജി നടത്തിയ പരീക്ഷണങ്ങളൊക്കെ തമാശയായേ തോന്നൂ. പുറത്തേയ്ക്ക് ഉജ്ജ്വലമായ കണ്ണുകളോടെ നോക്കുന്ന വിപ്ലവകാരികൾക്ക് തനിക്കുള്ളിലേക്കു നോക്കാൻ പലപ്പോഴും ഭയമായിരിക്കും. സ്വാതന്ത്ര്യത്തിനും മനുഷ്യനെന്ന നിലയിലുള്ള അഭിമാനത്തിനും മുന്നുപാധിയായി ഗാന്ധിജി സസ്യാഹാരത്തെ മുന്നോട്ടു വച്ചു. അങ്ങനെ സ്വാതന്ത്ര്യസമരത്തിൽ ഭക്ഷണം പ്രധാനപ്പെട്ട ഒരു രാഷ്ട്രീയായുധമായി മാറി.

എല്ലാ കടുരസങ്ങളെയും നാക്കിലേക്കും അതുവഴി മനസ്സിലേക്കും വഴക്കിയെടുക്കുന്ന ഭക്ഷണരീതിയാണ് കേരളീയരുടേത്. എരിവും പുളിയും മധുരവും നറുംകയ്പും എല്ലാം ഒരു നാക്കിലയിൽ സമ്മേളിക്കുന്നു. ജീവിതത്തിന്റെ എല്ലാ രസങ്ങളെയും ഏകകാലത്ത് പരിചരിക്കുകയും അതുവഴി ഒരു രസത്തിനും സ്ഥായിത്വമില്ലാത്ത നിലയിലേക്ക് ഒരുവനെ കൊണ്ടുവരികയും ചെയ്യുന്ന ഈ ഭക്ഷണരീതി

മലയാളിയുടെ മനസ്സിനെയും ഒരു പ്രത്യേകതരത്തിൽ രൂപീകരിച്ചിട്ടുണ്ടെന്നു തോന്നുന്നു. രണ്ടാഴ്ചയിൽ കൂടുതൽ നീണ്ടുനിൽക്കാത്ത നൈതികസാഹസങ്ങളും ഒരു വികാരത്തെയും കയറൂരിവിടാതെ, ലോകത്തെ സുരക്ഷിതമായ ഒരകലത്തിൽ നിർത്താൻ കഴിയുന്ന മെയ്‌വഴക്കവും മലയാളിക്ക് നൽകിയതിൽ ഈ ഭക്ഷണരീതിക്കും ഒരു പങ്കുണ്ടെന്നുവേണം കരുതാൻ. വാളയാർ ചുരത്തിനപ്പുറമുള്ള തമിഴന്റെ സ്ഥിതി ഇതല്ല. അവർക്ക് വികാരം കാടുകുലുക്കുന്ന പ്രളയം തന്നെയാണ്. സിനിമയിലെ നായകൻ തിരശ്ശീലയിൽ ഏതെങ്കിലുമൊരു തല്ലിൽ പരാജയപ്പെട്ടാൽ പോലും അവർ ചിലപ്പോൾ അക്രമാസക്തരാവുകയും ആത്മഹത്യചെയ്യുകയും ചെയ്യും. ഇഷ്ടപ്പെടുന്നതിനെ വല്ലാതെ ഇഷ്ടപ്പെടുക വെറുക്കുന്നതിനെ അതിരറ്റു വെറുക്കുക എന്ന ഒരു വഴിയാണ് അവർക്കുള്ളത്.

ഏതൊരന്വേഷണത്തെയുംപോലെ ഭക്ഷണത്തെക്കുറിച്ചുള്ള അന്വേഷണവും ഭക്ഷണത്തിനു പുറത്തേക്കു സഞ്ചരിക്കുന്നുണ്ട്. അതൊരു പക്ഷേ ചരിത്രത്തിലെവിടെയൊക്കെയോ വിതുമ്പിയമർന്ന രക്തത്തെയും തൊടുന്നുണ്ട്. ക്രിസ്തു തന്റെ പുതിയ നിയമം മനുഷ്യവർഗ്ഗത്തിനു നൽകിയത് ഭക്ഷണത്തിന്റെ രൂപത്തിലാണല്ലോ. അപ്പത്തിന്റെയും വീഞ്ഞിന്റെയും രൂപത്തിൽ. അപ്പം അവന്റെ മാംസവും വീഞ്ഞ് രക്തവുമാകുന്നു. രക്ഷകന്റെ വചനങ്ങളാകുന്ന അപ്പവും വീഞ്ഞും ഭക്ഷിച്ചാണ് മനുഷ്യവർഗ്ഗം മുന്നേറുന്നത്.. വാക്കും ഒരു ഭക്ഷണം തന്നെയാണെന്ന് ഈ ദൃഷ്ടാന്തം മൂകമായി പറയുന്നുണ്ട്. മനുഷ്യരിലെ ഏറ്റവും നീതിമാനായ പുത്രനെ പ്രതീകാത്മകമായി ഭക്ഷിച്ചാണ് മനുഷ്യരാശി ജീവിക്കുന്നത്.

•

ശരീരത്തിന്റെ കാലം

മനുഷ്യശരീരം കണ്ടുപിടിച്ചത് ഏതാനും സോപ്പുകമ്പനികളാണെന്നതുപോലെയാണ് ഇപ്പോൾ കാര്യങ്ങൾ മുന്നേറുന്നത്. അത്രമാത്രം ജ്ഞാനം അവർക്ക് നമ്മൾ ഓരോരുത്തരുടെയും ശരീരത്തെക്കുറിച്ചുണ്ട്. എവിടെയൊക്കെ തേക്കണമെന്നും പതപ്പിക്കണമെന്നും മിനുപ്പിന്റെ അത്യാവശ്യം ഏതെല്ലാം ദിക്കിലാണെന്നും വരെ അവർ പറഞ്ഞുതരുന്നുണ്ടല്ലോ. സോപ്പുപതയുടെ ജ്വലിക്കുന്ന വെളുപ്പിനിടയിലൂടെ ഉയർന്നു വരുന്ന ഒരു ശരീരം വേഗത്തിൽ ആളുകളുടെ ഒരാദർശമാവാൻ തുടങ്ങുന്നുണ്ട്.

ശരീരത്തെ കണക്കറ്റ് ആഘോഷിക്കുന്ന ഒരു ജീവിതക്രമത്തിലേക്കു മുന്നേറുന്ന മലയാളികളുടെ സ്ഥിതിയെക്കുറിച്ചുള്ള ചെറിയ ഒരാലോചനയായതുകൊണ്ട് തുടക്കം മുകളിൽ എഴുതിയതുപോലെ ആകാവുന്നതാണ്. കാരണം, ഏതെങ്കിലും ഒരു പ്രത്യേക കാലഘട്ടത്തിൽ പ്രചരിക്കുന്ന വസ്തുക്കളിൽ നിന്നും ആ കാലത്തെ മുൻഗണനകൾ മനസ്സിലാക്കാൻ കഴിയും.

നമുക്കുചുറ്റും ഇരമ്പിനിൽക്കുന്ന ഉൽപന്നങ്ങൾക്കും മറ്റു സമൃദ്ധികൾക്കും ഇടയിൽ, കൈകാലുകളോ കണ്ണോ ചെവിയോ ഇല്ലാത്തവർക്ക് ആവശ്യമുള്ള എന്തെല്ലാം ഉണ്ട് എന്ന് ആലോചിക്കുന്നത് രസകരമായിരിക്കും. കോണിപ്പടികളും ചവിട്ടുപടികളും പലപ്പോഴും അന്ധന് തട്ടി വീഴാനുള്ള ഇടങ്ങളാണ്. ചെവികേൾക്കാത്തവന് നമുക്കുചുറ്റുമുള്ള ഈ ശബ്ദങ്ങളൊന്നും ആവശ്യമില്ല. കൈകാലുകളില്ലാത്തവന് സഞ്ചരിക്കാനാവുന്ന പാതകൾ ഇവിടെ നന്നേകുറവാണ്. എല്ലാ അവയവങ്ങൾകൊണ്ടും അനുഗൃഹീതരായവർക്കു വേണ്ടിയാണ് ഈ കാണുന്ന തിരക്കും എടുപ്പുകളുമെല്ലാം. ഇതും മുൻഗണനയുടെ ഒരു പ്രശ്നമാണ്.

സൗന്ദര്യസംവർദ്ധക വസ്തുക്കളുടെ ഒരു പ്രധാനവിപണിയായി കേരളം മാറിയിരിക്കുന്നു എന്നതിനർത്ഥം മനുഷ്യശരീരം വിപണിയുടെ പ്രധാന ശ്രദ്ധാകേന്ദ്രമായിമാറിയിരിക്കുന്നു എന്നാണ്. പല്ലും നഖവും കണ്ണും മൂക്കും തൊലിയും മലയാളിക്ക് ഇത്രമാത്രം ഒരു പ്രശ്നമായി ത്തീർന്ന കാലം ഉണ്ടായിട്ടുണ്ടെന്നു തോന്നുന്നില്ല. കേരളത്തിലെ ഉട

ലുകളെയാകമാനം വെളുപ്പിക്കാൻവേണ്ടി മാത്രം ഒരുമ്പെട്ടുനിൽക്കുന്ന ലേപനങ്ങളുടെ സംഖ്യതന്നെയെത്ര....

ശരീരത്തെ മനോഹരമായി കറുപ്പിക്കാനുള്ള ലേപനങ്ങൾ തേടി ആരും നടക്കുമെന്നു തോന്നുന്നില്ല. വെളുപ്പിന് സൗന്ദര്യബോധത്തിൽ വന്നുചേർന്ന നെടുനായകത്വം മൂലം രക്ഷപ്പെട്ടത് വെളുപ്പിക്കാനുള്ള ലേപനങ്ങൾ ഉണ്ടാക്കുന്ന കമ്പനികളാണല്ലൊ. യുവതീയുവാക്കളുടെ ശരീരങ്ങളെ ഒന്നു വെളുപ്പിച്ചെടുക്കുന്നതിനാണ് കാനനങ്ങളിൽ പലതരം പച്ചമരുന്നുകൾ വളരുന്നതു തന്നെയെന്ന കാര്യത്തിൽ ലേപന നിർമ്മാതാക്കൾക്ക് സംശയമൊന്നുമില്ല. ഒരു പരസ്യത്തിൽ 'എന്തൊരു ചെയ്ഞ്ച്' എന്നു പറഞ്ഞാൽ അല്പം കറുത്തുകരിവാളിച്ച ഒരു പെണ്ണ് ഏതാണ്ട് പൂർണ്ണചന്ദ്രനെപ്പോലെ പ്രശോഭിക്കുന്ന വെളുപ്പിലേക്ക് വരുന്നതാണെന്നകാര്യം പൊതുവെ ഇന്ന് ആർക്കാണറിയാത്തത്. മാറ്റമെന്നാൽ കറുത്തയാൾ വെളുത്തയാളാവുക എന്നാണെന്ന് വരുന്നു. കറുത്തവൾക്ക് ചില്ലറ മാറ്റിക്കൊടുക്കില്ലെന്നാണ് ഇത്തരം പരസ്യത്തിൽ നിന്നൊക്കെ മനസ്സിലാക്കേണ്ടത്. (കാവേരി ക്രീമിന്റെ പരസ്യമാണ് ഇവിടെ സൂചന) ഫെയർ ആന്റ് ലൗലി മുതൽ വരമഞ്ഞൾ പ്രധാന കഥാപാത്രമായ വീക്കോടാർമറ്ക്ക് വരെയുള്ള ലാവണ്യദൂതന്മാരുടെയെല്ലാം പ്രധാനദൗത്യം ആളുകളെ, പ്രത്യേകിച്ച് കുമാരീകുമാരന്മാരെ വെളുപ്പിച്ചെടുക്കൽ തന്നെ.

എന്തും തൊലിപ്പുറമെ ഇക്കിളികളായി അനുഭവിക്കുന്ന ആളുകളുടെ ഒരു സമൂഹത്തിലാണ് ഇങ്ങനെയുള്ള ലേപനങ്ങൾക്ക് നായകത്വം വരിക എന്നും വിചാരിക്കാവുന്നതാണ്. തൊലിക്കടിയിലെ എല്ലിൽ മുട്ടുന്ന ധർമ്മവ്യഥകൾ മലയാളിക്ക് എത്രമാത്രമുണ്ട് എന്നതും ആലോചിക്കേണ്ട വിഷയമാണ്. ഞായറാഴ്ച കൃത്യം അഞ്ചരമണിക്ക് പറഞ്ഞു തീർക്കാവുന്ന സാംസ്കാരിക രാഷ്ട്രീയ സാമൂഹിക പ്രശ്നങ്ങളാണ് പൊതുവെ വിദ്യാസമ്പന്നരെ അലട്ടുന്നതായി കണ്ടുവരുന്നത്. ഏതിനും ചർച്ചകൾ നടക്കുമെന്നുറപ്പാണ്. പറയുന്നതും കേൾക്കുന്നതും ഏതെങ്കിലും ഒരു ഹാളിലിരുന്നായിരിക്കും. ഇടയ്ക്ക് ഓരോ ചായയും ബിസ്കറ്റും വന്നു പോകും. കാര്യങ്ങളൊക്കെ രാത്രി ഡയറിയിൽ എഴുതിവച്ച് സുഖമായി ഉറങ്ങാവുന്നതാണ്.

കേരളത്തിലെ സദ്യവട്ടങ്ങൾ തന്നെ മലയാളിയുടെ മനസ്സിനെ പ്രതിനിധീകരിക്കുന്നുണ്ടെന്നു തോന്നുന്നു. മധുരവും പുളിയും എരിവും ചവർപ്പും എല്ലാം ഇലയിലുണ്ടാവുമല്ലൊ. എല്ലാ രസങ്ങളെയും പരിചരിക്കുന്നതിലൂടെ രസം തന്നെയെന്ത് എന്ന് സംശയിപ്പിക്കാൻ ഇതുകൊണ്ട് കഴിയും. അനുഭവം കൊണ്ട് അനുഭവം തന്നെ ഇല്ലാതാവുന്നതിന്റെ ഒരു ക്രമം ഇതിലുണ്ട്. തൊലിയുടെ ഒരു തത്ത്വം എന്തിനെയും പെട്ടെന്ന് സ്വീകരിക്കുകയും പെട്ടെന്ന് തിരസ്കരിക്കുകയും ചെയ്യുകയെന്നതാണ്. കേരളീയ മനസ്സിനെ തൊലിയുടെ ഈ തത്ത്വവും പ്രതിനിധീകരിക്കുന്നുണ്ടെന്നു തോന്നുന്നു.

നടപ്പ് ഇരിപ്പ്

നടക്കുക എന്നതിന് പണ്ടുമുതലേ ചില ലക്ഷ്യങ്ങളൊക്കെയുണ്ട്. മീനോ പച്ചക്കറിയോ വാങ്ങാൻ അങ്ങാടിയിലേക്കു നടക്കുക. അരിവാങ്ങാൻ വേണ്ടി വന്നാൽ റേഷൻ കടയിലേക്കു തന്നെ നടക്കുക. പിന്നെ, പണി സ്ഥലത്തേക്കു നടക്കുക- നടപ്പിന്റെ ജന്മപരമ്പരകൾ ഇങ്ങനെ നീളുന്നു. ഇവിടെയൊക്കെ ആവശ്യങ്ങളാണ് നടപ്പിന്റെ വേഗവും ക്രമവും നിശ്ചയിക്കുക. നടത്തം തന്നെ പ്രധാനലക്ഷ്യമായി മാറുന്നത് ശരീരം ഒരു പ്രദർശന വസ്തുവായതോടെയാണ്. പൂച്ച, പട്ടി തുടങ്ങിയ വീട്ടുമൃഗങ്ങളെപ്പോലെയും കോഴി, വാത്ത് തുടങ്ങിയ വീട്ടുപക്ഷികളെപ്പോലെയും നടക്കാൻ പെൺകുട്ടികളെ പഠിപ്പിക്കുന്ന ലാവണ്യ ശിക്ഷണ കേന്ദ്രങ്ങൾ തന്നെ ഇപ്പോൾ വന്നുകൊണ്ടിരിക്കുന്നുണ്ടല്ലൊ.

പലതരത്തിൽ സ്വന്തം ശരീരത്തിലേക്കു തന്നെ ചുഴറ്റിയെറിയപ്പെട്ടവരാണ് സ്ത്രീകൾ എന്നു പറയാം. ഇതിൽ പുരുഷാധിപത്യ ചരിത്രത്തിനും ഒരു പങ്കുണ്ട്. 'താൻ ഈ ശരീരം മാത്രമാണ്' എന്ന് പല കാലങ്ങളായി ഓർമ്മിപ്പിച്ചുകൊണ്ടിരിക്കുന്ന സ്ത്രീയെ ശരീരത്തെ മദിപ്പിക്കുന്ന വസ്തുക്കളുടെ വിപണിക്ക് കീഴ്പ്പെടുത്താൻ അധികം അദ്ധ്വാനിക്കേണ്ടി വരുന്നില്ല.

വസ്ത്രത്തിന്റെ അളവുകൊണ്ടും ഒരു സ്ത്രീയെ നിരന്തരം ശരീരത്തിലേക്കുണർത്താൻ കഴിയും. വസ്ത്രം ഇടുങ്ങുംതോറും വസ്ത്രത്തെക്കുറിച്ചും ശരീരത്തെക്കുറിച്ചും ഉള്ള ബോധം കൂടിക്കൊണ്ടിരിക്കും എന്നത് ചെറിയ ഒരു സത്യമാണല്ലൊ. ഇടുങ്ങിയ മുറിയിൽ ഇരിക്കുമ്പോഴാണ് ഒരാൾക്ക് തന്നെക്കുറിച്ച് ഇടിമുഴക്കം പോലുള്ള ചില അറിവുകൾ സംഭവിക്കുക. ഇത് വ്യക്തിയിൽ പതിവുരീതിയിലുള്ള ആത്മപരിശോധനയല്ല ഉണ്ടാക്കുക.

എന്നാൽ കാര്യങ്ങൾ മറ്റൊരു വഴിയിലേക്കും നീങ്ങുന്നുണ്ട്. ഒന്നിലേക്കു തന്നെ സൂക്ഷിച്ചു നോക്കിയിരുന്നാൽ ആ വസ്തു ക്രമേണ കണ്ണുകൾക്ക് മുന്നിൽ നിന്നും മങ്ങിയകലുന്ന ഒരനുഭവമുണ്ടല്ലൊ. അത് കണ്ണിന്റെ ഒരു പ്രത്യേകതകൊണ്ടാണ്. ഒന്നിലേക്കുതന്നെ നോക്കിയാൽ അത് ഇല്ലാതെയാവുന്നു. ആദ്യം അത് മൂർത്തമാവുന്നു. പിന്നെ ഇല്ലാതെയാവുന്നു. എല്ലാം സംഭവിക്കുന്നത് നോക്കുന്നവനുള്ളിലാണെന്നു മാത്രം. ഇതുപോലെ ശരീരത്തിലേക്കുതന്നെ ഉണർന്നിരിക്കുന്നതുകൊണ്ട് സ്ത്രീക്ക് ശരീരം തന്നെ അന്യമാവുന്നു. പുരുഷന്റെ അധികാരത്തിലേക്ക് ശരീരം വിട്ടുകൊടുക്കാൻ അധികം ആലോചിക്കാതെ തന്നെ അവൾക്ക് കഴിയുന്നു. ചിലപ്പോഴൊക്കെ ശരീരത്തിലേക്ക് പെട്ടെന്ന് മണ്ണെണ്ണയൊഴിച്ച് തീ കൊളുത്താനും കഴിയുന്നു. ഏറ്റവുമധികം വില കല്പിക്കുന്നതിനെതിരെ തിരിയാനുള്ള ഒരു മാനസികഭാവം മനുഷ്യനുണ്ട്. ശരീരത്തിലേക്ക് സ്ത്രീയെ നിരന്തരം ഉണർത്തുന്ന പരസ്യങ്ങളും ഉൽപന്നങ്ങളും മറ്റൊരു തരത്തിൽ സ്വന്തം ശരീരത്തെ സ്ത്രീക്ക് അന്യമാക്കുകയാണ് ചെയ്യുന്നത്.

പ്രതിബിംബങ്ങളുടെ കാലം

ആസൂത്രിതമായ നീക്കത്തിലൂടെയല്ലാതെത്തന്നെ കേരളത്തിലെ കടകമ്പോളങ്ങളിലും തെരുവുകൾക്കിരുപുറവും കണ്ണാടികൾ നിറയാൻ തുടങ്ങിയിട്ട് അധികം കാലമായിട്ടില്ല. മുമ്പ് കണ്ണാടിയെ ഉറച്ച് പ്രതീക്ഷിക്കാമായിരുന്നത് ബാർബർ ഷോപ്പിൽ മാത്രമായിരുന്നു. ശ്രീനാരായണഗുരു ചേർത്തലക്കടുത്തുള്ള കളവംകോടം ക്ഷേത്രത്തിൽ പ്രതിഷ്ഠിച്ച ഒരു കണ്ണാടിയൊഴിച്ചാൽ ദൈവത്തെ കാണാനുള്ള കണ്ണാടി വേറെയാരും കേരളത്തിൽ പ്രതിഷ്ഠിച്ചിട്ടില്ല. ഇപ്പോഴുള്ള കണ്ണാടികളെല്ലാം ശരീരത്തെ അളന്ന് തിട്ടപ്പെടുത്താനുള്ളതാണ്. താരതമ്മ്യത്തിലൂടെ വ്യക്തിയെ പെട്ടെന്ന് സന്തോഷിപ്പിക്കാനോ ദുഃഖിപ്പിക്കാനോ ഉള്ള കഴിവ് കണ്ണാടിക്കുണ്ട്. താരതമ്മ്യമാണല്ലോ ആധുനിക കേരളം കണ്ടുപിടിച്ച പ്രധാന അത്ഭുതങ്ങളിൽ ഒന്ന്. മറ്റൊന്ന് അനുകരണമാണ്. മിമിക്രി താരങ്ങളെക്കൊണ്ട് ഇതുപോലെ സമ്പന്നമായ ഒരു രാജ്യം ലോകത്തുതന്നെ ഉണ്ടാവാനിടയില്ലല്ലോ. ഒറിജിനലിനെ വിട്ട് ഡ്യൂപ്പിനു പിന്നാലെ പോകാനുള്ള ഒരു മെയ് വഴക്കം ആളുകൾക്കുണ്ട്.

കണ്ണാടിയില്ലാത്ത ലോകത്ത് 'താൻ' എന്നത് ഏറക്കുറെ അമൂർത്തമാണ്. അതുകൊണ്ട് അവനവന്റെ ദേഹത്തെക്കുറിച്ചു തന്നെ ചില ഫാന്റസികൾ രൂപീകരിക്കാൻ കഴിയും. ചണ്ടാതി നന്നായാൽ....എന്ന ആ പഴയചൊല്ലിലെ ചണ്ടാതിയെ കുറച്ചു കൂടി വിശ്വസിക്കാനും ഇഷ്ടപ്പെടാനും കഴിയും. കണ്ണാടിവരുന്നതോടെ 'താൻ' എപ്പോഴും തനിക്കുമുന്നിൽ നിവർന്നു നിൽക്കാൻ തുടങ്ങും. അതോടെ വ്യക്തിത്വം എന്നത് നിശ്ചിതമായ ചില അളവുകളിലേക്കു വരും. അതോടെ മറ്റൊരു ശരീരം തന്റെ ശരീരത്തിനുമുകളിൽ ആധിപത്യം പുലർത്താൻ തുടങ്ങുകയും ചെയ്യും.

കണ്ണാടിയിലൂടെ ഓരോരുത്തർക്കും തന്നെത്തന്നെ പുതുതായി കണ്ടുപിടിക്കാൻ കഴിയും. പുതിയ ഭൂഖണ്ഡങ്ങൾ തേടിയുള്ള കൊളംബസിന്റെ സാഹസികയാത്രകൾ പോലെത്തന്നെയാണിത്. ഒരാൾ തന്റെ ശരീരത്തിലൂടെ നടത്തുന്ന രഹസ്യമയമാർന്ന കപ്പലോട്ടങ്ങൾ എന്ന് ഇതിനെ വിളിക്കാം.

'ഞങ്ങളുടെ ഈ വസ്ത്രം ധരിക്കുന്നതുവരെ നിങ്ങളുടെ ശരീരം അത്രശരിയല്ല' എന്ന് ഒരാളെ വിശ്വസിപ്പിക്കുന്നതിലാണ് വസ്ത്രപരസ്യങ്ങളുടെ വിജയമിരിക്കുന്നതും. താൻ മറ്റൊരുവനെപ്പോലെയായിട്ടില്ലെന്ന് കണ്ണാടി നോക്കി ഒരാൾ ഉറപ്പുവരുത്തുന്നതോടെ കമ്പോളത്തിന് ഒരിരയെക്കൂടി ലഭിക്കുന്നു. വ്യത്യസ്തത എന്നത് ഒരു തകരാറാണെന്നാണ് കണ്ണാടികളുടെ ലോകം ഒരാളെ വിശ്വസിപ്പിച്ചു കൊണ്ടിരിക്കുന്നത്. വസ്ത്രപരസ്യങ്ങളുടെ വിജയമായിരിക്കുന്നതും ഇവിടെയാണ്.

കോസ്മെറ്റിക് ഉൽപന്നങ്ങൾ ശരീരത്തിലേക്കുള്ള അനേകം വാതിലുകൾ ഒരുമിച്ച് തുറക്കുന്നു. തൊലി, നഖം, പല്ലുകൾ, പുരികങ്ങൾ,

കൺപീലികൾ തുടങ്ങി തൊള്ളായിരത്തിപ്പത്തുകളിൽ കേരളീയർ കാര്യമായി ശ്രദ്ധിക്കാതിരുന്ന കൂട്ടരെല്ലാം ഇതോടെ നായക വേഷത്തിലേക്കു വരുന്നു. വ്യക്തി എന്നത് ചിതറിക്കിടക്കുന്ന കുറേ അവയവങ്ങളായി മാറുന്നു. അവയവങ്ങളെല്ലാം ഒത്തുചേർന്ന പൊരുത്തത്തിന്റെ ആവശ്യം കമ്പോളത്തിനില്ല. വിഭജനത്തിലാണ് കച്ചവടം തഴയ്ക്കുക. കഴിയുമെങ്കിൽ കണ്ണിനെ മൂക്കിന്റെ ശത്രുവാക്കുക എന്നിടത്താണ് കച്ചവടത്തിന്റെ ഊന്നൽ.

നിങ്ങൾ എല്ലാം ചേർന്ന ഒരു മനുഷ്യവ്യക്തിയാണ് എന്നല്ല, നിങ്ങൾ കൈയും, കാലും, തലമുടിയും, ചെവിയും അങ്ങനെ കുറേ അവയവങ്ങളുടെ സമാഹാരമായ ഒരു ശരീരമാണ് എന്ന് വിശ്വസിപ്പിക്കുന്നതിലാണ് സ്പെഷ്യലൈസേഷന്റെ ലോകത്തിനു താല്പര്യം. അങ്ങനെ വരുമ്പോൾ മുഖത്തെ അരിമ്പാറ വലിയ പ്രശ്നമാവാൻ തുടങ്ങും. നിരയൊത്ത പല്ലുകൾ തന്നെയാണോ ഉള്ളതെന്ന് കൂടക്കൂടെ ഉറപ്പുവരുത്തേണ്ടിവരും. ഈ പരിശോധനകൾ അനന്തമാണ്. ചില രോഗാവസ്ഥകളിലും ഇത്തരം പരിശോധനകൾ ശക്തിപ്രാപിക്കാറുണ്ട്. ഉത്കണ്ഠരോഗം (anxiety neurosis) ഹൈപോകോൺഡ്രിയാസിസ് (hypochondriasis) തുടങ്ങിയ രോഗങ്ങളുള്ളയാൾ തന്റെ ശരീരത്തിൽ നിരന്തരം പലതും കണ്ടുപിടിച്ചുകൊണ്ടിരിക്കും. പുതിയവേദനകൾ, ശരീരത്തിൽ നിന്നും ചില ശബ്ദങ്ങൾ, ചില തരിപ്പുകൾ, അവിടവിടെ ചില നിറങ്ങൾ... അങ്ങനെപലതും. സ്വയം ചിലത് ഉറപ്പുവരുത്താൻ ഇടയ്ക്കിടക്ക് ഡോക്ടറെ കാണുകയെന്നത് തൊഴിലാക്കുകയും ചെയ്യും. പ്രയോഗം അത്രശരിയല്ലെങ്കിലും, ഒരുതരം സോഷ്യൽ ഹൈപോകോൺഡ്രിയാസിസ് വ്യാപകമാക്കാൻ കമ്പോളവ്യവസ്ഥക്കുകഴിയുന്നുണ്ട്. ഒരു സമൂഹം മുഴുവൻ ഇത്കണ്ഠരോഗികളാവുക എന്നതാണ് സംഭവിക്കുന്നത്.

ശരീരമാദ്യം....

ശരീരം നശ്വരമാണ് എന്നൊക്കെ പറഞ്ഞും വേണ്ടിടത്തൊക്കെ ശരീരത്തെ പുലയാട്ടുപറഞ്ഞുമാണല്ലോ യോഗീന്ദ്രന്മാരും മറ്റു ദൈവപുരുഷന്മാരുമൊക്കെ ആവിർഭവിച്ചു കണ്ടിട്ടുള്ളത്. അനന്തമായി പട്ടിണി കിടക്കാൻ കഴിഞ്ഞാൽ അതിൽപരം ഒരു സന്തോഷം യോഗികൾക്ക് മറ്റെന്ത്? കാടുകളിലും മരുഭൂമികളിലും മഞ്ഞുമൂടിയ മലമുകളിലും, ഇരുന്നും ഒറ്റക്കാലിൽ നിന്നും വേണ്ടിവന്നാൽ സൂചിമുനയിൽതന്നെ നിന്നും തപം ചെയ്തിരുന്നവരെല്ലാം ശരീരമെന്ന കൊടും ബാദ്ധ്യതയെ ഒന്നൊഴിവാക്കിക്കിട്ടാനാണ് ശ്രമിച്ചിരുന്നത്. അത് വലിയ ഒരു പാരമ്പര്യമാണ്. ശരീരം കൊണ്ട് ശരീരത്തെ തിരസ്ക്കരിക്കുകയെന്നതാണ് തപസ്സിന്റെയൊക്കെ വളരെ ചുരുങ്ങിയ ഒരു ഉദ്ദേശം. ഇത് അങ്ങേയറ്റം വിഷമകരമാണെന്നതിന് നമ്മുടെ പ്രാചീന ഗദ്യപദ്യകൃതികൾ തന്നെ തെളിവുതരും. തപസ്സിനിടയിൽ ശരീരകാമങ്ങൾ മോഹിനിമാരുടെ രൂപത്തിൽ വന്നെന്നിരിക്കും. ഗോക്കളെ കറന്ന്

പാലുകുടിക്കണമെന്നുതോന്നും. കാര്യങ്ങൾ ഗുരുതരമായി നീങ്ങുകയാണ്. എന്നിട്ടും ശരീരത്തെ അടക്കിയവരുണ്ട്. അവർ കൊടുമുടികളോളം ഉയരം പ്രാപിക്കുന്നു.

എന്നാൽ ഇന്ന് യോഗീന്ദ്രന്മാരുടെയും യോഗീന്ദ്രകളുടെയും സ്ഥിതി മാറിയിരിക്കുന്നു. മഞ്ഞച്ചേലയടക്കം പലതരം ചേലകൾ ആവുന്നത്ര ചുറ്റി ശരീരത്തെ വളരെ വിശേഷപ്പെട്ടതരത്തിൽ വസ്തു പ്രപഞ്ചത്തിലേക്ക് വിക്ഷേപിച്ച് ചെറുദൈവങ്ങളായി നടക്കുന്നവർക്ക് ശരീരത്തിനപ്പുറത്ത് എന്തെങ്കിലും ഉണ്ടോ എന്ന് ഭക്തന്മാർ തന്നെ സംശയിക്കും. സദാസമയവും പരലോകത്തെക്കുറിച്ചും ആത്മാവിന്റെ അനശ്വരതയെക്കുറിച്ചും പറയുന്നവരാണ് ഇപ്പോൾ ഓരോനേരത്തെയും ഭക്ഷണ വിഭവങ്ങളെക്കുറിച്ചും ശരീരത്തെ എണ്ണപുരട്ടി മിനുക്കിയെടുക്കാവുന്നതിന്റെ വഴികളെക്കുറിച്ചും ഏറെ വ്യാകുലപ്പെടുന്നതെന്ന കാര്യം രസകരമാണ്. ഇതൊരു പക്ഷേ 'ശരീരം തന്നെ ആത്മാവ്' എന്ന തത്ത്വം അംഗീകരിക്കുന്നതുകൊണ്ടാവാം.

പരശുരാമൻ മഴുവെറിഞ്ഞ് വിഷമിച്ചുണ്ടാക്കിയ കേരളനാടിന്റെ മുഖച്ഛായതന്നെ മാറ്റാൻ കെൽപുള്ള രണ്ട് പ്രധാന മനുഷ്യദൈവങ്ങൾ ഇപ്പോൾ നിലവിലുണ്ടല്ലോ. അതിൽ ഒരു ദൈവത്തിന്റെ ജന്മവാർഷികാഘോഷം ആത്മീയവാദം എത്രമാത്രം ശരീരത്തിന് കീഴ്പ്പെട്ടിരിക്കുന്നു എന്നതിന്റെ ക്ലാസിക് മാതൃകയായിരുന്നു. തപസ്വികളുടെ പഴയ മൺപുറ്റുകളെയും കാനനവീഥികളെയും അസ്തപ്രജ്ഞമാക്കിക്കൊണ്ട് തികച്ചും ഇലക്ട്രോണിക് സമ്പ്രദായത്തിൽ ദൈവികത മുന്നേറുന്ന കാഴ്ചയാണ് ഇപ്പോൾ കണ്ടുവരുന്നത്. ആത്മീയതയ്ക്ക് ശരീരം ഇത്രമാത്രം അത്യാവശ്യമായിത്തീർന്ന ഒരുകാലം ഇതുപോലെ വേറെ ഉണ്ടായിട്ടുണ്ടാവില്ല.

മഹാനായ ചൂരലും സത്യ പരീക്ഷകളും

ശരീരത്തെ തൊഴിൽപരമായ കാരണങ്ങളാൽ അതിരറ്റു വിശ്വസിച്ചുകൊണ്ടിരിക്കുന്ന ഒരു കൂട്ടർ പല റാങ്കിൽപെട്ട പൊലീസുകാരും ബാധയൊഴിപ്പിക്കൽകാരും അദ്ധ്യാപകരും മറ്റുമായിരിക്കും. കാരണം അടിയെ പ്രധാന സേവനമാർഗ്ഗമാക്കി മാറ്റിയവരാണ് ഇവരിൽ പലരും. അടിയോട് വേദനകൊണ്ട് ശരീരം ഉടൻ പ്രതികരിക്കുന്നതുകൊണ്ടാണ് ഇവരിൽ പലരുടെയും തൊഴിൽ ഭംഗം കൂടാതെ നടന്നുപോകുന്നത്. ശരീരത്തിലെ ചില പ്രത്യേകഭാഗങ്ങളിൽ ആത്മാർത്ഥമായി അടിച്ചാൽ മനസ്സിലിരിപ്പ് വെളിപ്പെടും എന്നത് ഒരു ഉറപ്പാണ്. ശരീരത്തെ വിശ്വസിക്കുന്നതിലൂടെ ലഭിക്കുന്ന ഉറപ്പ് എന്നും പറയാം. അടിച്ച് കുറ്റം സമ്മതിപ്പിക്കുന്ന സമ്പ്രദായമൊക്കെ ഈയൊരടിസ്ഥാനത്തിലാണ് ആവിഷ്കരിക്കപ്പെട്ടിട്ടുള്ളത്. അടികിട്ടിയാൽ പതിമൂന്നിന്റെ പെരുക്കപ്പട്ടികവരെ കുട്ടികൾ കാണാതെ ചൊല്ലും എന്ന കാര്യം മഹാന്മാരായ പല പ്രൈമറിസ്കൂൾ അദ്ധ്യാപകരും പരീക്ഷിച്ച് തെളിയിച്ചിട്ടുള്ളതാണ്.

ലോകത്തുള്ള എല്ലാ ശിക്ഷാമുറകളും മനുഷ്യന്റെ ശരീരത്തിൽ വിശ്വസിക്കുന്നു എന്നു പറയാം. കേരളത്തിൽ ഒരു കാലത്ത് ആഘോഷത്തോടെ നടത്തിയിരുന്ന സത്യപരീക്ഷകളെക്കുറിച്ച് പത്മനാഭമേനോൻ കൊച്ചിരാജ്യ ചരിത്രത്തിൽ പറയുന്നുണ്ട്. ജലപരീക്ഷ, വിഷപരീക്ഷ, അഗ്നി പരീക്ഷ, തൂക്കു പരീക്ഷ എന്നിവയായിരുന്നു പ്രധാന പരീക്ഷകൾ. ജലപരീക്ഷ തന്നെ പലവിധത്തിലുണ്ട്. മുതലകൾ നിറഞ്ഞ പുഴയിലൂടെ നീന്തിക്കടക്കുകയെന്നതാണ് പ്രധാനപരീക്ഷ. പരീക്ഷിക്കപ്പെടുന്നവൻ ഉയിരോടിരിക്കണമെങ്കിൽ മുതലകൾ തന്നെ വിചാരിക്കണം. അഗ്നി പരീക്ഷയിൽ പ്രധാനമായത് തിളയ്ക്കുന്ന നെയ്യിൽ കൈമുക്കുകയെന്നതാണ്. വിഷപരീക്ഷ രണ്ടുവിധമുണ്ട്. മൂന്നു നെല്ലിടപാഷാണം മുപ്പത്തിരണ്ടിരട്ടി നെയ്യിൽ സേവിക്കുക, വിഷ സർപ്പത്തെ ഇട്ടിട്ടുള്ള കുടത്തിൽ കൈയിടുക എന്നിവയാണവ. തൂക്കുപരീക്ഷ കുറച്ചു കൂടി രസകരമാണ്. ആദ്യം വ്യക്തിയെ തൂക്കിയ ശേഷം കുറ്റകൃത്യം എഴുതിയ ഓലകൂടിയിട്ട് രണ്ടാമതും തൂക്കിനോക്കുന്നു. തൂക്കം കൂടിക്കണ്ടാൽ കുറ്റക്കാരനാണെന്നു നിശ്ചയിക്കും.

ഇത്തരം ചില പരീക്ഷകളൊക്കെ നടപ്പിലാക്കാനവസരം കിട്ടുമ്പോഴാണ് രാജാക്കന്മാർക്കും മറ്റും 'ഭരിക്കുന്നുണ്ട്' എന്ന തോന്നലുണ്ടാവുക. അഗ്നി പരീക്ഷയിൽ കുറ്റം ചെയ്തവന്റെ വിരൽമാത്രമേ തിളച്ച എണ്ണയിൽ മുക്കിയാൽ പൊള്ളുകയുള്ളുവെന്നാണ് സങ്കല്പം. 'ഞാൻ സത്യമാണ് പറയുന്നത്' എന്ന് അവൻ എത്രപറഞ്ഞാലും വിശ്വസിക്കേണ്ടതില്ല. കാരണം അത് അവന്റെ മാത്രം ഉള്ളിലെ സത്യമാണ്. അതിന് തെളിവില്ല. മനസ്സിന്റെ നിയമങ്ങൾക്ക് തെളിവുണ്ടാവണമെന്നില്ല. എന്നാൽ കൈ പൊള്ളിയാലോ പൊള്ളിയില്ലെങ്കിലോ അവർക്ക് തെളിവ് ലഭിക്കുന്നു. കാണാത്ത മനസ്സിനു പകരം കാണുന്ന ശരീരത്തെ അവർ വിശ്വസിക്കുന്നു.

എന്നാൽ, ശരീരം നൽകുന്ന തെളിവുകൾ വാസ്തവത്തെ തൊടുന്നതെങ്ങനെ? തിളച്ച എണ്ണയിൽ കൈ മുക്കിയാൽ കൈ പൊള്ളുകയെന്നതാണല്ലൊ പ്രകൃതിനിയമം. ഇവിടെയാകട്ടെ, കൈ പൊള്ളിയാൽ പരീക്ഷയിൽ തോറ്റു എന്നാണർത്ഥം. തോറ്റവനെ വേണമെങ്കിൽ കൊല്ലാം. ജലപരീക്ഷയിൽ ഒരാൾ ജയിക്കണമെങ്കിൽ മുതലകൾക്ക് തൽക്കാലം വിശപ്പില്ലാതിരിക്കണം. അല്ലെങ്കിൽ അവ കൂട്ടത്തോടെ നേച്ചറോപ്പതി ശീലിക്കുന്ന സമയമാവണം. ഇത്തരം പരീക്ഷകളിലൊക്കെ ആരെങ്കിലും എന്നെങ്കിലും ജയിച്ചിട്ടുണ്ടാവുമോ എന്നു ചിന്തിച്ചാൽ തന്നെ ചിന്തിക്കുന്നവന്റെ നിലതെറ്റും. സ്വന്തം മനസ്സിനെ വെളിപ്പെടുത്താനാവാതെ എത്ര നിരപരാധികൾ ശരീരത്തിന്റെ ഒരേനിയമത്താൽ വഞ്ചിക്കപ്പെട്ട് കൊടും വേദനകളുടെ ഏകാന്തതയിൽ തനിച്ചുനിന്നിട്ടുണ്ടാകും.? അത് ചരിത്രത്തിലെ എല്ലാ നിസ്സഹായരുടെയും ഏകാന്തതയാണ്.

ശരീരത്തെ വിശ്വസിക്കുകയെന്നതിന്റെ മറ്റൊരു രൂപമാണ് വ്യക്തി

യുടെയോ വസ്തുവിന്റെയോ ഗുണനിലവാരം കണക്കാക്കാൻ വിലയെ, അല്ലെങ്കിൽ പ്രതിഫലത്തെ വിശ്വസിക്കുകയെന്നത്. തനിക്കാവശ്യമുള്ള ഏറ്റവും നല്ല ഉൽപന്നം ഏത് എന്ന് മനസ്സിൽ തർക്കിച്ചു നിൽക്കുന്ന തിനെക്കാൾ എളുപ്പമാണ് അതിന്റെ വിലയെ വിശ്വസിക്കുകയെന്നത്. നൂറുരൂപ വിലയുള്ള വസ്തുവിനേക്കാൾ നന്നായിരിക്കും ഇരുനൂറ് രൂപ വിലയുള്ളത് എന്നത് അധികം ചിന്തിക്കാതെ എത്താവുന്ന ഒരു നിഗ മനമാണ്. പ്രതിഫലം കൂടുതൽ വാങ്ങുന്ന ഡോക്ടർ വലിയ ഡോക്ടർ ആയിരിക്കുമെന്നത് തിരഞ്ഞെടുപ്പിന്റെ ഒരു എളുപ്പവഴിയാണ്. അതു കൊണ്ട്, ശരീരത്തെ അതിരറ്റ് വിശ്വസിക്കുന്ന ഒരു സമൂഹം പണത്തെ വിശ്വസിക്കുകയും ആദരിക്കുകയും ചെയ്യുന്ന ഒരു സമൂഹവുമായിരി ക്കും.

തിരഞ്ഞെടുക്കുക എന്നത് നാം വിചാരിക്കുന്നതിനേക്കാൾ വിഷമ കരമായ ഒരു കാര്യമാണ്. ശരീരത്തിൽ വിശ്വസിക്കുകയെന്നത് പല രീതിയിൽ മുന്നേറുന്നത് കാണാം. സാധനങ്ങളുമായി വീടുകളിൽ കയ റിയിറങ്ങി വില്പന നടത്തിയിരുന്നവർ പണ്ട് ഒരു തോർത്തുമുണ്ടും തലയിൽ കെട്ടി ഏതാണ്ട് അർദ്ധനഗ്നരായാണ് വന്നിരുന്നത്. കാലം മാറി മാർക്കറ്റിങ് എക്സിക്യൂട്ടീവുമാരുടെ കാലം വന്നതോടെ എല്ലാം പെട്ടെന്ന് മാറി. ടൈകെട്ടി, ഒരു പ്രത്യേകരീതിയിൽ നടക്കുകയും ഇരി ക്കുകയും സംസാരിക്കുകയും ചെയ്യുന്ന ചെറുപ്പക്കാർ വലിയ ബാഗു കളുമായി തെരുവിലിറങ്ങാൻ തുടങ്ങിയത് ഏറക്കുറെ അടുത്തകാല ത്താണ്. ശരീരത്തിന്റെ ചെറുചലനങ്ങളിൽ പോലും അവർ ശ്രദ്ധാ ലുക്കളാണ്. ഉൽപന്നങ്ങളുടെ ഗുണനിലവാരമില്ലായ്മയെ വില്പന ക്കാരന്റെ ശരീരം കൊണ്ടും ശരീരഭാഷകൊണ്ടും പരിഹരിക്കുന്ന ഒരു വിദ്യ നടപ്പിൽ വന്നിട്ടുള്ളതിന്റെ തെളിവാണ് ഈ ചെറുപ്പക്കാർ.

തടിനന്നാക്ക്....

ചെറുപ്പം മുതലേ ഒരാൾ കേൾക്കാൻ തുടങ്ങുന്നത് ശരീരത്തിലേക്ക് ഊന്നുന്ന വാക്കുകളാണ് 'തടിനന്നാക്ക്...' എന്ന് എല്ലാ രക്ഷിതാക്ക ളും അഭ്യുദയകാംക്ഷികൾ എന്ന പ്രത്യേക വിഭാഗവും കൂടക്കൂടെ പറഞ്ഞുകൊണ്ടിരിക്കും. എന്നാൽ മനസ്സ് നന്നാക്ക്, സ്നേഹമുള്ളവ നാവ്, മിനിമം കാരുണ്യം കാണിക്ക്, ലോകാലോകങ്ങളുടെയെല്ലാം നന്മക്കുവേണ്ടി പ്രാർത്ഥിക്ക് എന്നൊക്കെ പറഞ്ഞുകൊടുക്കുന്ന ഒരു സ്ഥിതി ഇല്ലെന്നു തോന്നുന്നു. ഇതുകൊണ്ടൊക്കെയാവാം, ശരീരത്തി ന് ചെറിയ ഒരു മ്ലാനത വന്നാൽ മനസ്സ് ആകുലപ്പെടാൻ തുടങ്ങും. മനസ്സ് ആകുലപ്പെട്ടാൽ ശരീരം പൂർവ്വാധികം മ്ലാനമായിക്കൊണ്ടിരി ക്കും. ഈ വിഷമവൃത്തത്തിൽ നിന്നും പുറത്തുകടക്കുക അത്ര എളു പ്പമല്ല. 'അപരൻ' എന്ന പ്രശസ്തനായ ശത്രു ശരീരത്തിലേക്ക് ഒന്ന് ഊന്നിനോക്കിയാൽ 'ആത്മീയസംഘർഷം' തുടങ്ങുന്നവരാണ് അധി കവും. അപ്പോൾ കുപ്പായത്തിൽ ചുളിവുകൾ ഉടലെടുക്കും, കണ്ണിന

ടിയിലെ മങ്ങിയ നിഴൽ ഇരുണ്ട സൈബീരിയ പോലെ വിസ്തൃതമാവും, ഇരു ചുമലുകളുടെയും ബാലൻസ് പെട്ടെന്ന് തെറ്റും, ചങ്കിൽ ആകെയൊരു പ്രശ്നം ഉടലെടുക്കും.

ആത്മവിശ്വാസത്തോടെ ടൈയും കെട്ടി മുന്നേറുന്നവനോട് 'മെലിഞ്ഞുപോയല്ലോ..' എന്നു ചോദിക്കുന്ന നിമിഷം വളരെ പ്രധാനമാണ്. പിന്നീടുള്ള കുറച്ചു നേരമെങ്കിലും കേൾവിക്കാരൻ തന്നെ പരിശോധിച്ചുകൊണ്ടിരിക്കും. ഇത് പതിവുപോലെയുള്ള ആത്മപരിശോധനയുടെ നിമിഷങ്ങളല്ല, ശരീര പരിശോധനയുടെ വിഷമം പിടിച്ച നിമിഷങ്ങളാണ്. തെരുവിൽ പ്രതിബിംബം കാണപ്പെടുന്ന കണ്ണാടികളിലെല്ലാം ഇവർ നോക്കിക്കൊണ്ടിരിക്കും. ഈ കണ്ണാടികളാണ് ഇവരുടെ സാഹസികയാത്രയുടെ ചൂടറിയുക.

'ഞാൻ' വരുന്നു

'ഞാൻ' എന്നതാണല്ലോ ശരീരത്തെക്കുറിച്ചുള്ള ഏത് ആലോചനയുടെയും കേന്ദ്രം. 'ഞാൻ' എന്ന അനുഭവത്തെ ഒരാൾക്ക് എങ്ങനെയൊക്കെ അനുഭവിക്കാമെന്നതാണ് ഒരു പ്രശ്നം. 'എനിക്കു വിശക്കുന്നു' എന്നു പറയാം. അപ്പോൾ ഞാൻ മറ്റൊരാളായിത്തീർന്നതുപോലെയാവും. എങ്കിലും ഭക്ഷണം കഴിക്കുമ്പോൾ ഒരാൾ 'ഞാൻ' എന്ന അനുഭവത്തിലേക്കു വരുന്ന ചില നിമിഷങ്ങളുണ്ട്. 'എനിക്ക് വേദനിക്കുന്നു' എന്നു പറയുന്ന നിമിഷം 'ഞാൻ' 'എന്റെ' ശത്രുവായിത്തീരും. ഇത് വലിയ ഒരു ദുരന്തമാണ്. ആശുപത്രിവരാന്തകളിൽ ഇപ്രകാരം രണ്ടായി പിറന്ന ഞാൻ ആയിരിക്കും ഗതി കിട്ടാതെ നിൽക്കുന്നത്.

മതങ്ങളും യോഗ പദ്ധതികളും എല്ലാം മറ്റൊരു വഴിക്കാണ് ശ്രമിച്ചു കാണുന്നത്. മഹാനായ 'ഞാനി' നെ ഒടുക്കിയാലാണ് മോക്ഷത്തിന്റെ വഴി തെളിയുക. ഇത് വളരെ ശ്രമകരമായ ഒരു കാര്യമാണ്. ഒരു മല വെട്ടിക്കിളച്ച് കൃഷിഭൂമിയാക്കുന്നതിനേക്കാൾ പ്രയാസം. കാരണം ശരീരദാഹങ്ങൾ മനസ്സിന്റെ ദാഹങ്ങൾ കൂടിയാണ്. മനസ്സ് ശരീരത്തിലൂടെ പ്രത്യക്ഷപ്പെടുന്നതുപോലെ ശരീരം മനസ്സിലൂടെയും പ്രകടമാവുന്നുണ്ടല്ലോ.

ശരീരത്തെയും മനസ്സിനെയും ഏകോപിപ്പിക്കുവാനുള്ള വഴികളാണ് വ്യായാമങ്ങളും യോഗ പദ്ധതികളുമെല്ലാം പല കാലങ്ങളായി അന്വേഷിച്ചുവരുന്നത്. ക്രിയാത്മകമായ പ്രവൃത്തികൾ ശരീരത്തെയും മനസ്സിനെയും കുറച്ചുസമയമെങ്കിലും ഒരേ നൂൽപാലത്തിലൂടെ നടത്തും. എന്നാൽ ക്രിയാത്മകതയെ ഒട്ടും ആദരിക്കാത്ത ഉൽപന്നങ്ങളുടെ ലോകം മുൻപറഞ്ഞ മനഃശരീരങ്ങളുടെ ഐക്യത്തിനു പകരം ഏതെങ്കിലും ഒരു ഉൽപന്നത്തെ അവതരിപ്പിക്കുകയാണ് ചെയ്യുന്നത്. 'സംതൃപ്തിക്ക് ഒരൊറ്റമൂലി' എന്ന അകമ്പടിയോടെ ഒരു ഉൽപന്നത്തെ ആളുകൾക്കു മുന്നിൽ അവതരിപ്പിക്കുമ്പോൾ, സംതൃപ്തി ഒരു വ്യക്തി സ്വന്തം പ്രവൃത്തികളിലൂടെ കണ്ടെത്തേണ്ടതാണെന്നസത്യമാണ് മങ്ങി

യകലുന്നത്.

ദുഃഖം, കാരുണ്യം, സഹജീവിസ്നേഹം, ഭൂതദയ തുടങ്ങിയ മാനുഷികവികാരങ്ങളിൽ നിന്നെല്ലാം ലഭിക്കുന്ന സംതൃപ്തിക്കു പകരം ശരീരത്തെ ആനന്ദിപ്പിക്കുന്ന ഏതെങ്കിലും ഒരു ഉൽപന്നത്തെ അവതരിപ്പിച്ചുകൊണ്ടാണ് ഉപഭോക്താക്കളുടെ മാത്രം ഒരു സമൂഹത്തെ സൃഷ്ടിച്ചുകൊണ്ടിരിക്കുന്നത്.

അങ്ങനെ ആത്മീയ നേതൃത്വമുണ്ടായി

മനഃശാസ്ത്രജ്ഞന്മാർക്കിടയിലെ ബിഹേവിയറിസ്റ്റുകൾ മനസ്സിനെ നിർവചിച്ചിട്ടുള്ളത് ശരീരയന്ത്രത്തിലെ പ്രേതം എന്നാണ്. ശരീരക്രിയകൾ തന്നെയാണ് മാനസിക ക്രിയകളും എന്നവർ കരുതുന്നു. ബിഹേവിയറിസ്റ്റ് സിദ്ധാന്തം എന്താണെന്നറിഞ്ഞിട്ടല്ലെങ്കിലും മനസ്സിനെ അഭയാർത്ഥിയാക്കിയ ഒരു ലോകമാണ് ഇപ്പോൾ സംഭവിച്ചുകൊണ്ടിരിക്കുന്നത്.

മനസ്സിനെയും അതിന്റെ സാംസ്കാരികരൂപമായ ആത്മാവിനെയും സംബന്ധിക്കുന്ന പലതും അനാവശ്യമോ, മാനക്കേടോ ആയി കണക്കാക്കുന്ന ഒരു രാഷ്ട്രീയക്രമം നിലനിൽക്കുന്നതുകൊണ്ടാണ് 'ആത്മീയ നേതൃത്വം' എന്ന ഒരു ശൈലി ഉണ്ടാവുന്നത്. ശരീരത്തിലും ശരീരസുഖങ്ങളിലും അതിരറ്റ് ആഹ്ലാദിക്കുന്ന രാഷ്ട്രീയനേതൃത്വമാണ് രാഷ്ട്രീയത്തെ ആത്മീയഭാവങ്ങളിൽ നിന്നകറ്റിപൊതുവെ ജീവിതത്തിന്റെ സമഗ്രതയെ പ്രതിനിധീകരിക്കാത്ത ഒരു വരണ്ട ക്രമത്തിലേക്കു കൊണ്ടുവരുന്നത്.

ഗാന്ധിജി തന്റെ കാലത്തെ ഭൗതികതയും ആത്മീയതയും ഇഴപിരിക്കാനാവാത്ത സമഗ്രതയുടെ മാതൃകയായിരുന്നു. സ്വാതന്ത്ര്യമെന്നാൽ സ്വന്തം ശരീരത്തെ ഒരു പരീക്ഷണവസ്തുവാക്കുകയെന്നതുമാണെന്ന് അദ്ദേഹം മനസ്സിലാക്കി. ചുറ്റും ഇരമ്പിനിൽക്കുന്ന കമ്പോളത്തിലെ ചില വസ്തുക്കൾ ഉപയോഗിക്കാതിരിക്കുകയെന്നതും സ്വാതന്ത്ര്യമാണെന്ന് അദ്ദേഹം കരുതി. ഇങ്ങനെ പലതും കൂടിച്ചേർന്നതായിരുന്നു ഗാന്ധിജിക്ക് സ്വാതന്ത്ര്യസമരം. ആത്യന്തികമായി അത് തന്നിൽനിന്നു തന്നെയുള്ള സ്വാതന്ത്ര്യവുമാണ്.

രാഷ്ട്രീയപ്രവർത്തനമെന്നാൽ തനിക്കുമുന്നിലുള്ള പ്രതിബന്ധങ്ങളെല്ലാം തട്ടിമാറ്റിവഴിയൊരുക്കി മുന്നോട്ടുപോകുന്ന ഒരു വാഹനത്തിന്റെ ദൗത്യമാണെന്ന ഒരു വിശ്വാസം അബോധപൂർവ്വമായെങ്കിലും ഇന്ന് നിലവിലുണ്ട്. മാറ്റം വരുത്തേണ്ടത് തനിക്കു പുറത്താണെന്ന ഒരു ബോധം ഇതിന്റെ ഭാഗമായി ഉണ്ടാകുന്നു.

'പ്രവർത്തനവുമായി മുന്നോട്ടുപോകുന്നു' എന്ന പ്രയോഗത്തിൽ തന്നെ ഒരപകടമുണ്ട്. പ്രവർത്തനം തന്നിൽ പ്രവർത്തിക്കാത്ത ഒരു ജഢവസ്തുവാണെന്ന ഒരു സങ്കല്പം ഈ പ്രയോഗം ഉണ്ടാക്കുന്നുണ്ട്. എന്തിനെതിരെ പ്രവർത്തിക്കുന്നുവോ ആ പ്രവർത്തനംകൊണ്ട് പ്രവർ

ത്തിക്കുന്നവനിൽ എന്തെങ്കിലും മാറ്റമുണ്ടാകണമെന്ന് ആരും വിചാരിക്കുന്നില്ല. ഏത് അനീതിക്കെതിരെ പ്രവർത്തിച്ചാലും പ്രവർത്തനശേഷം തന്നിൽ പഴയ അഴുക്കുകൾ തന്നെ അടിഞ്ഞു കിടക്കുന്ന സ്ഥിതിയാണ് ഇതുകൊണ്ടുണ്ടാകുന്നത്. ഹിമാലയത്തിൽ തപസ്സുചെയ്യാൻ പോയ ഒരു സന്യാസിയുടെ കഥയുണ്ട്. തന്റെ മനസ്സിലുള്ള അഹംബോധവും അതിന്റെ ശിശുക്കളായ വെറുപ്പും വൈരാഗ്യവുമെല്ലാം ഒടുങ്ങുന്നതിനു വേണ്ടി മുപ്പതുകൊല്ലം അദ്ദേഹം തപസ്സുചെയ്തു. തപസ്സിൽ നിന്നുണർന്നു നോക്കിയപ്പോൾ താഴ്വരയിൽ ഒരു ഉത്സവം നടക്കുന്നതുകണ്ടു. വിശ്വത്തോടു മുഴുവനുമുള്ള നിറഞ്ഞ സ്നേഹകാരുണ്യങ്ങളോടെ അദ്ദേഹം ഉത്സവത്തിലേക്കിറങ്ങി. ഇറങ്ങിയ ഉടൻ ഒരാൾ സന്യാസിയുടെ കാലിൽ അറിയാതെ ഒന്നു ചവിട്ടി. മുപ്പതു വർഷത്തെ തപസ്സ് പെട്ടെന്ന് മറന്നസന്യാസി മനോഹരമായ ഒരു തെറിയോടെ അയാൾക്കുനേരെ ചാടി വീണു. അദ്ദേഹത്തിന്റെ തപസ്സ് എന്തിനു വേണ്ടിയായിരുന്നു?

രാഷ്ട്രീയനേതാവ് ചരിത്രത്തെ ഒരുനേർരേഖയിലൂടെ മുന്നോട്ടു പായിക്കുന്നവനാണെന്ന് വിശ്വസിക്കുന്ന ഇക്കാലത്ത് ദുഃഖം, ഏകാന്തത, അനന്തത എന്നിവയെല്ലാം രാഷ്ട്രീയത്തിനന്യമാണെന്ന് കരുതുന്ന രാഷ്ട്രീയ നേതൃത്വമാണ് സംഭവിച്ചുകൊണ്ടിരിക്കുന്നത്.

പ്രവാചകന്മാർക്ക് മനുഷ്യരുടെ ജീവിതത്തെ ആകെ സ്വാധീനിക്കാൻ കഴിഞ്ഞത് അവർ മനുഷ്യന്റെ രക്തത്തെയും ആത്മാവിനെയും ഒരുമിച്ച് സ്പർശിച്ചതുകൊണ്ടാണ്. വ്യക്തിയുടെ ജീവിതത്തെമാത്രമല്ല മരണത്തെയും അവർ സ്പർശിച്ചു. ബുദ്ധന്റെ ഒരു മാർഗ്ഗം തന്നെ മരണത്തിൽ നിന്നും ജീവിതത്തെ ധ്യാനിക്കുകയെന്നതാണല്ലോ. മരണത്തെയും നശ്വരതയേയും അകറ്റി നിർത്തിയതുകൊണ്ടാണ് വിപ്ലവപ്രസ്ഥാനങ്ങൾ മനുഷ്യന്റെ പച്ചയിൽ തൊടാതെ അകന്നുനിന്നത്. ആത്മീയവാദികളാവട്ടെ ആത്മാവിന്റെ രൂപവും ഭാവവും ചർച്ചചെയ്ത് നേരം കളയുകയും ചെയ്യുന്നു.

അനശ്വരമായ ആമാശയം

എല്ലാം തിന്നു തീർക്കുന്ന വലിയ ഒരു ആമാശയമായി ഒരു രാജ്യം തന്നെ മാറുന്ന ദൃശ്യമാണല്ലോ കേരളം അടുത്ത കാലത്തായി കാണിച്ചു തരുന്നത്. തിന്നാനുള്ളതെല്ലാം വാളയാർ ചുരം കടന്ന് ഇങ്ങോട്ട് വരും എന്ന ശുഭാപ്തി വിശ്വാസം സാർവത്രികമായിരിക്കുന്നു. പാണ്ടിലോറി കഷ്ടകാലത്തിന് വഴിതെറ്റിപ്പോയാൽ പച്ചയാംവിരിപ്പിട്ട ഈ നാട് പച്ചക്കറിയില്ലാതെ വിഷമിച്ചെന്നിരിക്കും.

കുപ്പികളിലും ടിന്നുകളിലും എല്ലാം അടച്ചുവെച്ച് കമ്പോളം മനുഷ്യനെ മഹാനായ ഉപഭോക്താവാക്കാൻ കാത്തിരിക്കുന്നുണ്ട്. ഉപഭോക്താവിന്റെ ഒരേയൊരു ശക്തി ആർത്തിയാണ്.

ശരീരവും ഉപഭോഗവസ്തുക്കളും വ്യക്തിയുടെ പ്രധാന ആദർശമാ

യതോടെ രോഗം എന്നത് വലിയ ഒരു ഭീതിയായിമാറി. രോഗിയാകുന്നതോടെ ആളുകൾ അത്യധികം ഉത്കണ്ഠ പ്രകടിപ്പിക്കുന്നതിന്റെ ഒരു കാരണം ശരീരത്തെ അതിരറ്റ് പരിഗണിക്കുന്ന ശിക്ഷണം ഉള്ളിൽ കിടക്കുന്നതാണ്. സാധാരണ രോഗങ്ങൾ മുതൽ മാരകരോഗങ്ങൾ വരെ നീളുന്ന രോഗാവസ്ഥകളിലെല്ലാം ഉത്കണ്ഠയുടെ തീവ്രത അധികം ഏറ്റക്കുറച്ചിൽ കൂടാതെ തുടരുന്നതും ഇതുകൊണ്ടാണ്.

ശരീരത്തിനപ്പുറം?

ഇതൊരിക്കലും ശരീരത്തിനെതിരായ ഒരു കുറിപ്പല്ല. നാം ആത്മീയം എന്നു പറയുന്ന പലതും അനുഭവിക്കുന്നത് ശരീരത്തിലൂടെയാണല്ലോ. മനസ്സ് തന്നെ മസ്തിഷ്ക്കമെന്ന ശരീരഭാഗത്തിന്റെ ഒരു പ്രവർത്തന ഫലമാണ്. എന്നാൽ ശരീരത്തിന്റെ ഉണർച്ചകളിൽ മാത്രം ഊന്നുന്ന ഒരു ജീവിതക്രമത്തിൽ അന്തിമമായി പലതും നഷ്ടപ്പെടുന്നു. ഈ ലോകത്തിന്റെ മഹാഭാഗ്യങ്ങളായിത്തീർന്ന പലരും നേരംതെറ്റാതെ ഊണുകഴിച്ചും പലതരം വ്യായാമങ്ങളിലേർപ്പെട്ട് മസിലുകളെ പെരുപ്പിക്കുന്നതിൽ മാത്രം മനസ്സൂന്നിയും ജീവിച്ചിരുന്നവരല്ല. തലച്ചോറിനെ ഉദരത്തിനുകീഴ്പെടുത്തിയിരുന്നവരും അല്ല.

ആസന്നമരണനായി കിടക്കുന്നയാളോട് ശരീരത്തിന്റെ ആവേശങ്ങളെക്കുറിച്ചും ജീവിച്ചിരിക്കുകയെന്നതിന്റെ ആനന്ദങ്ങളെക്കുറിച്ചും പറയുന്നതിനേക്കാൾ നല്ലത്, എല്ലും തോലും മുടിയും നഖങ്ങളും ചേർന്ന ഈ ശരീരം അത്രപ്രധാനമല്ലെന്നു പറയുകയാണ്. അതയാളെ ജീവിതത്തിന്റെ നിസ്സാരതയോർത്തുള്ള നേരിയ ആശ്വാസത്തിലേക്കെങ്കിലുമെത്തിക്കും. സ്വന്തം ശരീരത്തെത്തന്നെ എല്ലാവർക്കും ഒരുപോലെ സുഖകരമായി അനുഭവിക്കാൻ കഴിയാത്തവിധം അസമത്വപൂർണ്ണമായ ഒരു ലോകമാണ് ഇന്നുള്ളത്. നിരന്തരം ചാട്ടയടിയേൽക്കേണ്ടിവന്നിരുന്ന അടിമയ്ക്ക് ഒരുപക്ഷേ ഏറെ ഭയക്കേണ്ടിവന്നിരിക്കുക സ്വന്തം ചർമ്മത്തെ തന്നെയായിരിക്കും. ലോക ജീവിതത്തിൽ നിന്നും തലോടലുകൾ മാത്രം ലഭിക്കുന്നവർക്കേ ചർമ്മം ഒരനുഗ്രഹമാവുകയുള്ളൂ. ഭക്ഷണത്തിനു ഗതിയില്ലാതെ ആകാശം നോക്കിയിരിക്കുന്നവന് സ്വന്തം ആമാശയവും ശരീരത്തിലെ ചയാപചയ പ്രവർത്തനങ്ങളും തന്നെയാണ് പ്രധാനശത്രു. കാരണം, സ്വന്തം ശരീരത്തെത്തന്നെ ആഴത്തിലനുഭവിക്കാൻ സഹായകമായ ഒരു രാഷ്ട്രീയ സാമൂഹികക്രമം ഇന്നില്ല. തനിക്ക് ദാരിദ്ര്യം സമ്മാനിച്ച രാഷ്ട്രീയക്രമത്തോടും തന്റെ ശരീരത്തോടു തന്നെയും ഒരു ദരിദ്രന് ഇന്ന് ഒരേസമയം പൊരുതേണ്ടതുണ്ട്. ഇത് പലപ്പോഴും നിശ്ശബ്ദമായ കലഹമായിരിക്കുമെന്നുമാത്രം. ബഹുഭൂരിപക്ഷം ആളുകൾക്കും മുക്തിലഭിക്കാത്ത ഒരു സമൂഹത്തിൽ വ്യക്തിപരമായ മുക്തി ഒരു കുറ്റകൃത്യമാണെന്ന് പറയുന്നത് ഇതുകൊണ്ടാണ്.

●

അരൂപികളുടെ രൂപം

ശിലയേക്കാൾ ശില്പത്തെ മഹത്ത്വപ്പെടുത്തുന്ന ക്രമങ്ങളോടാണ് ഒരു യഥാർത്ഥ ശില്പിക്ക് കലഹിക്കുവാനുള്ളത്. തീർച്ചയായും ശില്പിക്ക് എന്തെങ്കിലും പറയുവാനുള്ളത് ശിലയോടാണ്.

രൂപങ്ങളുടെ ജന്മപരമ്പരകളെക്കുറിച്ചുള്ള അന്വേഷണം ഇങ്ങനെ തുടങ്ങാമെന്നു തോന്നുന്നു. ശിലയുമായുള്ള ശില്പിയുടെ സംവാദത്തിൽ നിന്നും ഉണർന്നു വരുന്നതിനെ ശില്പമെന്നു നാം വിളിക്കുന്നു. എന്നാൽ ശില്പമോ? അത് ശിലയുടെ ഒരു വഴി മാത്രമാണ്. ശിലയുടെ അനേകം സാധ്യതകളിൽ ഉൾപ്പെടുന്ന ഒന്ന്. ശിലയിൽ നിന്നും അയാൾ ദൈവത്തെ കണ്ടെടുക്കുന്നുണ്ടെങ്കിൽ അതിനുനന്ദി പറയേണ്ടത് ശിലയോടുതന്നെയാണെന്ന് അയാൾക്കുറപ്പുണ്ട്.

എന്നാൽ ശിലയെ മറക്കുകയെന്നത് മനുഷ്യന്റെ ഒരു രീതിയാണ്. ശരീരത്തെ മറന്നുകൊണ്ട് ശരീരത്തെയും ഭൂമിയെ മറന്നുകൊണ്ട് ഭൂമിയേയും കണ്ടെടുക്കാൻ മനുഷ്യന് അറിയാം. ആ ശിലയെ ഞാനൊരു ശില്പമാക്കിക്കഴിഞ്ഞു...എന്ന് പറയുന്നിടത്ത് ഒടുങ്ങുന്നതാണ് ശില്പിയുടെ രൂപങ്ങളുടെ ലോകമെന്നത് ചെറിയ ഒരു സത്യമാണ്. ഇത്തരം ചെറിയ സത്യങ്ങൾകൊണ്ടാണ് നാം നമ്മുടേതെന്നു പറയുന്ന മനുഷ്യലോകം നിർമ്മിച്ചിട്ടുള്ളത്.

രൂപങ്ങളിലാണല്ലോ ശില്പിയുടെ ശ്രദ്ധ. എന്തും രൂപമായിമാറുന്നതിനുള്ള സാധ്യതയെ അയാൾ ആരായുന്നുണ്ട്. ഒരു ഛായാഗ്രാഹകനും ഇതുപോലെ രൂപങ്ങളെ പിന്തുടരുന്നു. രൂപങ്ങൾ ഒടുങ്ങുമ്പോൾ അയാളുടെ കലയും അവസാനിക്കുന്നു. രൂപം നാം പറയുന്ന ആ പ്രശസ്തമായ 'ഭാവ'മായി പരിണമിക്കുന്നത് അയാൾക്കു ശ്രദ്ധിക്കേണ്ടതില്ല. കാരണം, രൂപങ്ങളുടെ സമുദ്രത്തിലെ ഒരു ചെറുതിര മാത്രമാണ് നാം കാണുന്ന ഭാവം. ഭാവം മനുഷ്യസൃഷ്ടിയാണ്. രൂപത്തിന് (വസ്തുവിന്) ഭാവത്തെ ആവശ്യമില്ല. കാരണം, രൂപം സ്വന്തം സാമ്രാജ്യത്തിലെ ചക്രവർത്തിയാണ്.

നിരത്തിൽ വീണുകിടക്കുന്ന ഒരു ഹെൽമെറ്റും കുറച്ചുചോരയും ഒരു പല്ലും ഏതാനും മുടിത്തുണ്ടുകളും, കുറച്ചകലെയായി പിടികിട്ടാത്ത ഒരു സംശയത്തോടെ ചെരിഞ്ഞുകിടക്കുന്ന മോട്ടോർ സൈക്കിളും

നാം കാണുന്നു. ആ ഹെൽമറ്റ് ഏതോ ഒരു മനുഷ്യന്റെ ഉടഞ്ഞ ശിരസ്സുതന്നെയാണെന്ന് ചിന്തിക്കുന്നത് നമ്മളാണ്. ഹെൽമറ്റാകട്ടെ വെറുതെ വീണുകിടക്കുക മാത്രം ചെയ്യുന്നു. ഒരുപക്ഷിയോടും ശിശുവിനോടും മൃഗത്തോടും പിന്നെയൊരു ഭ്രാന്തനോടും അതിന് മറ്റെന്തൊക്കെയോ പറയാൻ കഴിയും. പലപ്പോഴും, വീണുകിടക്കുന്ന ഹെൽമറ്റിന്റെ ഒരു സാധ്യതമാത്രമാണ് നാം കാണുന്നത്.

വസ്തുക്കളുടെ രൂപപരമായ സവിശേഷതകളിൽ ശ്രദ്ധിക്കുന്ന ഛായാഗ്രാഹകന് ഹെൽമറ്റിന്റെ കിടപ്പ്, വസ്തു അഥവാ രൂപം ഉയർത്തുന്ന ഒരു വെല്ലുവിളിയാണ്. തൂങ്ങിക്കിടക്കുന്ന ഒരു കയർത്തുണ്ടും അതിനടിയിൽ മറിഞ്ഞുവീണുകിടക്കുന്ന ഒരു കസേരയും ഉണ്ടെങ്കിൽ കുറച്ചുമുമ്പ് ആരോ ഒരാൾ തൂങ്ങി മരിച്ചിട്ടുണ്ടെന്ന് അയാൾക്ക് നമ്മളെ വിശ്വസിപ്പിക്കാം. കസേരക്കടുത്ത് ചിതറിക്കിടക്കുന്ന ഒരുപഴക്കുലയാണുള്ളതെങ്കിൽ എല്ലാം പെട്ടെന്ന് മാറുന്നു. നാം വളരെ ശുഭപ്രതീക്ഷയുള്ളവരായി മാറുന്നു.

കറുത്തുമിനുത്ത റോഡിൽ ഒരു കാർ നിൽപ്പുണ്ട്. അതിനുമുകളിൽ ആരോ ഒരു ശവക്കച്ചവിരിച്ചിരിക്കുന്നു. കാറിന്റെയും ശവക്കച്ചയുടെയും രൂപപരമായ നിലകൾ പിടിച്ചെടുക്കാൻ ഛായാഗ്രാഹകൻ ശ്രമിക്കുന്നു. ആ ഉദ്യമത്തിനിടയിൽ സംഭവിക്കുന്ന ഒരാകസ്മികതയാണ് 'കാറിന്റെ പ്രേതം' എന്ന ചിത്രം.കാറിന്റെ പ്രേതത്തിൽ ഛായാഗ്രാഹകനു താല്പര്യമില്ല. കാറിന്റെയും ശവക്കച്ചയുടെയും രൂപപരമായ നിലകളും അവയിൽ അലഞ്ഞു നടക്കുന്ന നിഴൽ വെളിച്ചങ്ങളുമാണ് അയാൾക്കു പ്രധാനം.

കടൽതീരത്തിരുന്ന്, കടൽ മറന്നുപോയ ഏതോ സമുദ്രജീവിയെപ്പോലെ തോന്നിക്കുന്ന ശിലയോടെന്തോ സ്വകാര്യം പറയുന്ന ശില്പി, ശില്പം ഉരുവാകുന്ന നിമിഷം ഒന്നു ഞെട്ടുന്നു. തനിക്കു പ്രിയപ്പെട്ട ശില നഷ്ടമായത് അയാൾക്കെങ്ങനെ സഹിക്കാൻ കഴിയും..? പിന്നീടെന്നോ കടൽതീരത്തെത്തുന്ന ഒരു സഞ്ചാരി സമുദ്രത്തിലേക്കുറ്റുനോക്കി നിൽക്കുന്ന നാവികന്റെ പ്രതിമകാണുന്നു. നാവികന്റെ മനസ്സുപോലെ തിളയ്ക്കുന്ന സമുദ്രം കാണുന്നു. സമുദ്രവും ശില്പവും തന്റെ കൺമുന്നിൽ പരസ്പരം ലയിച്ച് ശമിയ്ക്കുന്നതും കാണുന്നു.

ഇവിടെയാണ് ശില്പിയുടെ കൊടും രാത്രികൾ ആരംഭിക്കുന്നത്. ശില്പത്തെ ശിലയിലേക്കു മോചിപ്പിക്കാൻ അയാൾ ആഗ്രഹിക്കുന്നു. താൻ കെട്ടിയിട്ട വാക്കുകളെ അവയുടെ ആദിമമായ സ്വാതന്ത്ര്യത്തിലേക്കു മോചിപ്പിക്കാൻ ശ്രമിക്കുന്ന ഏകാകിയായ ഒരു നോവലിസ്റ്റിനെ ഓർക്കുക. സമുദ്രത്തിന്റെ ഒടുങ്ങാത്ത അകലങ്ങളിലേക്കു നോക്കിനിൽക്കുന്ന ഒരു ശില തന്നെയാണ് ആ ശില്പമെന്ന് വിളിച്ചു പറഞ്ഞ് ഒരു രാത്രിയിൽ ശില്പി എങ്ങോട്ടോ ഓടിപ്പോകുന്നു.

രൂപത്തെ കണ്ടെത്തുകയും തിരിച്ചറിയുകയുമാണ് ചിത്രകലയും ചെയ്യുന്നത്. കല്ലിനെ വരച്ചുവെക്കുന്ന ചിത്രകാരൻ കല്ലിനെ പുതുതായി കണ്ടെത്താൻ ശ്രമിക്കുന്നു. പുൽപ്പരപ്പുകൾ ചാടിമറയുന്ന മുയലിനെ അതിന്റെ ജൈവപൂർണ്ണതയിൽ കണ്ടെത്താൻ ശ്രമിക്കുകയാണ് അതിനെ വരച്ചുവെ

ക്കുന്ന ചിത്രകാരനും പകർത്തിവെക്കുന്ന ഛായാഗ്രാഹകനും ചെയ്യുന്നത്. എന്നാൽ മൃഗത്തെ അതിന്റെ തന്നെ ഉള്ളടക്കത്തിൽ പിടിച്ചെടുക്കാനുള്ള ശ്രമം പരാജയപ്പെടുന്നു. മൃഗം മനുഷ്യന്റെ മനസ്സിലൂടെ കയറിയിറങ്ങുമ്പോൾ ഒരു 'അർധമൃഗം' ആയിത്തീരുന്നു.

പരമകാരുണികന്റെ രൂപം

രൂപരഹിതം എന്നുപറയുന്ന അമൂർത്താനുഭവങ്ങൾക്കും ചിത്രകലയിൽ രൂപം ഉണ്ട്. ലളിത മനസ്കനായ ഒരു ചിത്രകാരന് 'ആത്മാവ്' നേരിയ ഒരു പുക പടലമാണ്. തപിച്ച ശിലയിൽ നിന്നുയരുന്ന നീരാവിയെ ക്യാമറയിലേക്കു പിടിച്ചെടുക്കുന്ന ഛായാഗ്രാഹകൻ തന്റെ ചിത്രത്തിന് 'കല്ലിന്റെ ആത്മാവ്' എന്നു പേരു കൊടുക്കുന്നു.

രൂപമില്ലാത്ത ഒന്നിനെയും മനുഷ്യന് അനുഭവിക്കുക എളുപ്പമല്ല. 'സ്നേഹം' എന്നത് കുറച്ചുകഴിയുമ്പോൾ ചുണ്ടുകളുടെ ഒരു ചിരിയും, കണ്ണുകളുടെ ഒരു നോട്ടവും, വിരലുകളുടെ ഒരു തലോടലും, നല്ല ഒരു ഭക്ഷണത്തിന്റെ ഓർമ്മയുമൊക്കെയായി രൂപങ്ങളിലേക്കുവരുന്നത്, അമൂർത്തതയെ നിഷ്കളങ്കമായി ആദരിക്കുന്നവർക്ക് തികച്ചും അസുഖകരമായ ഒരനുഭവമാണ്.

അവധൂതൻമാർ നിരന്തരം അന്വേഷിച്ചുനടക്കുന്ന ദൈവം ഒരു മരത്തിനു മുകളിലിരിക്കുന്നത് ഒന്നുസങ്കല്പിക്കുക. അത് ഏറ്റവും വലിയ നിരാശയുടെ നിമിഷമായിരിക്കും.

എന്നാൽ, വിശുദ്ധമായതൊക്കെയും രൂപങ്ങളിലേക്ക്, ഇരുൾ വെളിച്ചങ്ങളോടിഴപിരിഞ്ഞ രൂപങ്ങളിലേക്ക് ഗതികെട്ടു വീഴുകതന്നെ ചെയ്യുന്നു. ദൈവത്തിന് രൂപം കൈവരുന്നതിന്റെ പശ്ചാത്തലം ഇതാണ്. ബൈബിളിലെ ദൈവം എല്ലാ പ്രപഞ്ചവസ്തുക്കളെയും നാമകരണം ചെയ്യുന്നതുപോലെ ചിത്രകാരൻ എല്ലാ അനുഭവങ്ങളെയും രൂപങ്ങളിലേക്കു വിവർത്തനം ചെയ്യുന്നു.

കൈയില്ലാതെ തടുക്കുന്നവൻ, കണ്ണില്ലാതെ കാണുന്നവൻ, കാതില്ലാതെ കേൾക്കുന്നവൻ എന്നൊക്കെയാണ്, ചുരുക്കത്തിൽ, ഇസ്ലാംമതത്തിലെ ദൈവത്തെ വിശേഷിപ്പിക്കുന്നത്. ദൈവത്തെ മനുഷ്യഗുണങ്ങളിൽ നിന്നകറ്റാനുള്ള ഒരു മാർഗ്ഗം ഇതാണ്. മനുഷ്യർ ചെയ്യുന്നതൊന്നും ദൈവം ചെയ്യുന്നില്ല, ദൈവത്തിനു രൂപമില്ല എന്നൊക്കെ എഴുതിവച്ചാൽ ദൈവം രൂപഗുണങ്ങളിൽ നിന്നകലുകയും അരൂപിയുടെ ശക്തിനേടുകയും ചെയ്യുന്നു. എന്നാൽ, ഇവിടെയും, ദൈവത്തെ വിശദീകരിക്കാൻ മനുഷ്യന്റെ അവയവങ്ങളുടെയും ക്രിയകളുടെയും സഹായം ആവശ്യമുണ്ട്. 'കൈയില്ലാതെ തടുക്കുന്നവൻ' എന്നു കേൾക്കുമ്പോൾ ആദ്യം 'കൈ' നമ്മുടെ കൺമുന്നിൽ തെളിയുന്നു. പെട്ടെന്ന് ഒരു മാനസിക ക്രിയയിലൂടെ ദൈവത്തിന്റെ കൈ നാം ഒഴിവാക്കുന്നു. അങ്ങനെ കൈയുടെ രൂപത്തിലൂടെ, കൈ ഇല്ലാത്ത ദൈവത്തെ സങ്കല്പിക്കുന്നു. സൂക്ഷിച്ചു നോക്കിയാൽ, മനുഷ്യരൂപത്തിൽ സങ്കല്പിച്ചതിനുശേഷം ആ രൂപത്തെ തൊഴിച്ചകറ്റി അരൂപിയാക്കാൻ ശ്രമിക്കുകയും ആ ശ്രമത്തിൽ ഏറക്കുറെ പരാജയപ്പെടുകയും ചെയ്തതിന്റെ

ഫലമായി രൂപം കൊണ്ട ഒരു ദൈവത്തെ ഇസ്ലാം മതമടക്കം ലോകത്തിലെ ഒട്ടെല്ലാമതങ്ങളുടെയും വിശുദ്ധഗ്രന്ഥങ്ങളിൽ കാണാം. ദൈവം അനുഭവിക്കുന്ന ഈ കുറവുകളൊന്നും ദൈവത്തിന്റെ തകരാറുകൊണ്ടുണ്ടായതല്ല, ദൈവത്തെ സങ്കല്പിച്ച മനുഷ്യന്റെ ഭാവനയുടെ പരിമിതി കൊണ്ടുണ്ടായതാണ്.

ബൈബിൾ പഴയ നിയമത്തിലെ ദൈവത്തിന്റെ പേര് 'യഹോവ' എന്നാണല്ലോ. യഹോവ എന്ന ഹീബ്രുവാക്കിന്റെ ഏതാണ്ട് അർത്ഥം 'അവൻ ആകുന്നവൻ അവൻ ആകുന്നു' എന്നാണ്. ദൈവത്തിന് താനാരാണെന്നറിയില്ലെന്ന് ബൈബിൾ പഴയനിയമം വായിച്ചാൽ മനസ്സിലാകും. ദൈവത്തിന്റെ രൂപം വരച്ചുവെക്കാനുള്ള മനുഷ്യന്റെ കഴിവുകേടിന്റെ ഇരകളാണ് ഒരർത്ഥത്തിൽ മതങ്ങളിലെ ദൈവങ്ങൾ. ദൈവമാരാണെന്ന് ദൈവത്തെത്തന്നെ പറഞ്ഞുമനസ്സിലാക്കേണ്ട തികച്ചും വിഷമകരമായ ഒരു ചുമതല മതഗ്രന്ഥങ്ങൾ വായിക്കുന്ന വായനക്കാർക്കുണ്ടെന്നു തോന്നുന്നു.

രൂപത്തിനെതിരായ കലഹം മരണത്തിനും നാശത്തിനുമെതിരായ കലഹം തന്നെയാണ്. രൂപമുള്ളതിന് ഇരിക്കാൻ ഇടംവേണം. സ്ഥലകാലങ്ങളുടെ ബാദ്ധ്യത രൂപത്തിനുണ്ട്. ദൈവത്തെ സ്ഥലകാലങ്ങളിൽ നിന്നകറ്റുകയെന്നാൽ ദൈവത്തെ അനശ്വരനാക്കുകയെന്നാണർത്ഥം. ഇല്ലാത്തതും രൂപമില്ലാത്തതുമായ എല്ലാം അനശ്വരമാണല്ലോ. ഇത്തരം ഒരനശ്വരതയുടെ മുകളിലാണ് ഒട്ടെല്ലാ ദേവാലയങ്ങളും പണിതുയർത്തിയിട്ടുള്ളത്.

രൂപമില്ലാത്ത ദൈവത്തിലേക്കുള്ള രൂപത്തിന്റെയും ചലനത്തിന്റെയും വഴിയാണ് ആരാധനകളുംഅനുഷ്ഠാനങ്ങളും . അരൂപിയുടെ സാമ്രാജ്യമുറപ്പിക്കുന്നത് രൂപത്തിന്റെ ചില സാദ്ധ്യതകളിലൂടെയാണെന്നർത്ഥം. മതങ്ങളുടെ ശരീരം ആരാധനകളും അനുഷ്ഠാനങ്ങളുമാണെന്നു വേണം കരുതാൻ.

'ചുവന്നമഴ' എന്ന ഒരു ചിത്രം വരച്ചുവെക്കുന്ന ചിത്രകാരൻ ചുവപ്പിനെയും ചുവപ്പ് മഴയാവാനുള്ള സാദ്ധ്യതകളേയും ആരായുകയാണ്. മഴയെ ചുവപ്പിലൂടെ തിരിച്ചറിയാൻ അയാൾ ശ്രമിക്കുകയാണ് എന്നും പറയാം. എന്നാൽ കാണുന്നവർ ഇങ്ങനെ ചിന്തിക്കുന്നു. 'കലഹങ്ങളുടെ കാലത്ത് രക്തമഴ'.

ഇത് കാഴ്ചക്കാരന്റെ അനാവശ്യമായ ഒരു ഇടപെടലാണ്. കാണുന്നവന്റെ വഴിപിഴച്ച ചിന്തകളിലാണ് പ്രതീകങ്ങളും ബിംബങ്ങളും ഉടലെടുക്കുന്നത്. പ്രതീകങ്ങളിലൂടെയും ബിംബങ്ങളിലൂടെയും അലഞ്ഞുനടക്കുക അലസന്മാരാണ്. ചിത്രകാരനാവട്ടെ, 'ചുവപ്പ്' 'മഴ' എന്നിവയെ പദാർത്ഥത്തിന്റെ നിയമങ്ങളിലൂടെത്തന്നെ പിടിച്ചെടുക്കാൻ ശ്രമിക്കുന്നു. പദാർത്ഥത്തിന്റെ നിയമങ്ങളിലൂടെത്തന്നെ ഒരു വസ്തുവിനെ വാക്കുകളിലേക്കോ വർണ്ണങ്ങളിലേക്കോ പിടിച്ചെടുക്കുമ്പോൾ 'പ്രക്രിയ'യും അതിൽ ഉള്ളടങ്ങിയിരിക്കും. ഒരു ശലഭം അതിന്റെ ധർമ്മമായ പറക്കലിൽ അലിഞ്ഞിറങ്ങിയ രണ്ട് ചിറകുകളും വാനചാരിയായ ഒരു ഉടലുമായിത്തീരുന്നതു പോലെയാണിത്. എന്നാൽ, ശരീരത്തെ അതിന്റെ സ്വാഭാവികമായ അത്ഭു

തത്തോടെ വാക്കുകളിലേക്കു പിടിച്ചെടുക്കുന്ന ഗബ്രിയേൽഗാർസിയ മാർക്കേസിനെ മാജിക്കൽ റിയലിസ്റ്റുകാരനാക്കി മാറ്റുന്ന സാഹസികതയിലാണ് ആളുകൾക്കു താല്പര്യം. ഒരു ചാരുകസേരയെ എങ്ങനെ തികച്ചും ഏകാകിയാക്കാമെന്ന് നല്ല ഒരു ഫോട്ടോഗ്രാഫർക്കറിയാം. കസേരയിൽ മരിച്ചുപോയ കാരണവരെ ഇരുത്തുന്നത് കാഴ്ചക്കാരനാണെന്നുമാത്രം.

ഷൊർഷെബ്രാക്ക് എന്ന ഫ്രഞ്ച്ചിത്രകാരന്റെ സഹായത്തോടെ ക്യൂബിസം ചിത്രകലയിൽ പരീക്ഷിച്ച പിക്കാസോയെ സ്വാഭാവികരൂപങ്ങളുടെ ഘാതകൻ എന്നു വിശേഷിപ്പിക്കാറുണ്ടല്ലോ. യഥാർത്ഥത്തിൽ, യുദ്ധവും ദാരിദ്ര്യവും മനുഷ്യ ശരീരത്തിൽ വരുത്തുന്ന മാറ്റങ്ങൾ പിടിച്ചെടുക്കുകതന്നെയാണ് 'ഗോർണിക്ക' എന്ന ചിത്രത്തിൽ പിക്കാസോ ചെയ്തത്. ഈ ചിത്രം നോക്കി 'ഇത് ആരുചെയ്തതാണ്' എന്നു ചോദിച്ച സായിപ്പിനോട് 'ഇത് നിങ്ങൾ ചെയ്തതാണ്' എന്ന് പിക്കാസോ പറഞ്ഞത് ഇതുകൊണ്ടാവണം. ആ ചിത്രത്തിൽ മനുഷ്യരൂപത്തിന്റെ രാഷ്ട്രീയം തിരയുകയെന്നത് കാഴ്ചക്കാരന്റെ ഒരു കാര്യമാണ്.

വെളിച്ചത്തിന്റെ ബാധയും, ചലനവും

വസ്തുവിനെ കണ്ടെത്തുകയെന്നാൽ വസ്തുവിൽ വീഴുന്ന പ്രകാശത്തെ പിടിച്ചെടുക്കുകയെന്നും അർത്ഥമുണ്ട്. വസ്തുവിൽ വീഴുന്ന വെളിച്ചത്തിന്റെ വിഭ്രമങ്ങളിലാണല്ലോ പോസ്റ്റിംപ്രഷനിസ്റ്റു ചിത്രകാരൻമാർ കൂടുതൽ ശ്രദ്ധിച്ചത്. എന്നാൽ, അവർക്കിടയിൽതന്നെ സാത്താന്റെ കണ്ണുകൾകൊണ്ട് ദൈവത്തെ കണ്ട സെസാൻ വെളിച്ചത്തെ തൊഴിച്ചുമാറ്റി വസ്തുക്കളുടെ യഥാർത്ഥ പ്രകൃതത്തിന്റെ പഠനത്തിനിറങ്ങിപ്പുറപ്പെട്ടു.

പ്രകാശത്തിനു 'രൂപം' കൊടുക്കുന്നത് വസ്തുവാണല്ലോ. വസ്തുവിനെ കാഴ്ചയിലേക്കു വെളിപ്പെടുത്തുന്നത് പ്രകാശവും. വസ്തുവിൽ നിന്നും പ്രകാശത്തെ നാടുകടത്തുക അസാദ്ധ്യംതന്നെ. അതുകൊണ്ടാണ് സിനിമയിൽ അർദ്ധരാത്രി കാണിക്കുമ്പോഴും ഒരു വിളക്കെങ്കിലും കത്തുന്നത്. ഇരുട്ടിനെ കാണിക്കാനും സിനിമയിൽ വെളിച്ചം വേണം. കാരണം, സിനിമ വെളിച്ചത്തിന്റെ കലയാണ്.

ക്യാൻവാസുകളിൽ ഇടിമിന്നലുകളും കാലവർഷത്തിന്റെ ജലാരവങ്ങളും ഒഴുക്കുകളും സ്വാഭാവികതയോടെ നിറഞ്ഞു നിന്ന ഒരു സന്ദർഭത്തിൽ ഒരു 'കലാകാരന്റെ മഴ' എങ്ങനെ ക്യാൻവാസിലേക്കു പിടിച്ചെടുക്കാമെന്നു ചിന്തിക്കുകയായിരുന്നു പിക്കാസോയെപ്പോലുള്ള ചിത്രകാരന്മാർ എന്നുവേണം കരുതാൻ. എന്നാൽ മഴയെ രൂപത്തിന്റെ വഴികളിലൂടെ, മഴയുടെ തന്നെ സത്യത്തിൽ വരച്ചുവെക്കാൻ നാച്ചുറലിസ്റ്റുചിത്രകാരന്മാർക്കുതന്നെ കഴിഞ്ഞിട്ടില്ലെന്നതാണ് വാസ്തവം. പ്രകൃതിയെ അതേപോലെ പകർത്തിവെക്കുന്നു എന്നു വിശ്വസിച്ച നാച്ചുറലിസ്റ്റുകൾ പോലും മനുഷ്യവികാരങ്ങളോടിഴപിരിഞ്ഞ മഴയേയും ഇടിമിന്നലുകളേയും വനാന്തരങ്ങളേയും സമുദ്രത്തെയുമാണ് വരച്ചുവെച്ചത്. ഇത് ചിത്രകാരന്റെ തകരാറല്ല. മനുഷ്യൻ എവിടെ വിരൽ മുട്ടിക്കുമ്പോഴും അവിടെ മനസ്സിന്റെ മുദ്രയും പതിയുന്നു എന്ന

താണ് കാരണം.

ചിത്രകലയുടെ നിയമങ്ങൾ ഒട്ടൊക്കെ സിനിമയ്ക്കും ചേരുമല്ലോ. ചിത്രങ്ങൾ ചലിക്കുമ്പോഴുണ്ടാകുന്ന പ്രതീതിയാണല്ലോ സിനിമ. ചിത്രങ്ങളിൽ തന്നെ വസ്തുവിന്റെ ചലനത്തെ സൂചിപ്പിക്കുന്ന ഗുണധർമ്മങ്ങൾ അടങ്ങിയിട്ടുണ്ടെന്ന് ശ്രദ്ധിച്ചാൽ കാണാം. ഓടുക, ചാടുക എന്നിവയ്ക്കാവശ്യമായ ശരീരനിലകൾ ഗുഹാചിത്രങ്ങളിൽ തന്നെയുണ്ട്. ഒരുപക്ഷെ, ചലനത്തെ പിടിച്ചെടുക്കുകയെന്നത് മനുഷ്യന്റെ എന്നത്തെയും വലിയമോഹമാണ്. ഇത് അന്യജീവനെ അതിന്റെ തന്നെ നിയമങ്ങളിൽ പിടിച്ചെടുക്കാനുള്ള ആഗ്രഹത്തിന്റെ പ്രതിഫലനവുമാവാം. ചലനം ദൈവത്തിന്റെ സാമ്രാജ്യത്തിലുൾപ്പെട്ടതാണെന്ന് ആദ്യകാല മനുഷ്യർ തൊട്ടേ വിശ്വസിച്ചിരുന്നു. അതുകൊണ്ടുതന്നെ ചലിക്കുന്ന ചിത്രങ്ങൾ ദൈവാധികാരത്തിന് ചെറിയ ഒരു വെല്ലുവിളിയാണ്.

ഗുഹാചിത്രങ്ങളിൽ ചലനം ഉള്ളടങ്ങിയ നിശ്ചലതയാണു കാണുകയെന്നു പറഞ്ഞുവല്ലോ. ഓടുകയോ ചാടുകയോ ചെയ്യുന്ന മൃഗങ്ങളുടെ ഓട്ടത്തിന്റെയോ ചാട്ടത്തിന്റെയോ ഒരു മാത്ര 'ഫ്രീസ്' ചെയ്യപ്പെട്ട നിലയിൽ ആ ചിത്രങ്ങളിൽ കാണുന്നു. കുതികാൽ വെച്ചു നിൽക്കുന്ന മൃഗം നിശ്ചലനാണെങ്കിലും യഥാർത്ഥത്തിൽ ഓടുക തന്നെയാണ്. ചിത്രത്തിൽ വാൾ ചുഴറ്റി നിൽക്കുന്ന യോദ്ധാവ് നിശ്ചലനാണെങ്കിലും ഒരു യുദ്ധവൃത്തം പൂർത്തിയാക്കുന്നുണ്ട്. അയാൾ നിർത്താതെ പടപൊരുതുകയാണ്.

എല്ലാം രൂപങ്ങളിലേക്കു വിവർത്തനം ചെയ്യാനുള്ള ആഗ്രഹം പോലെത്തന്നെ ചലിക്കുന്ന രൂപങ്ങളും ചിത്രങ്ങളും സൃഷ്ടിക്കാനുള്ള ആഗ്രഹവും മനുഷ്യരിൽ അന്തർലീനമായിട്ടുണ്ട് എന്നാണ് ഇതെല്ലാം കാണിക്കുന്നത്. കേരളത്തിലെ തോൽപാവക്കൂത്ത് തന്നെ ഉദാഹരണമായെടുക്കാം. ഈ കല സിനിമയോടടുത്തുവരുന്ന ഒന്നാണ്. പാവകളെ ചലിപ്പിച്ച് അവയുടെ നിഴൽ തുണിയിൽ വീഴ്ത്തിയാണല്ലോ ഈ കല അവതരിപ്പിക്കുന്നത്. സിനിമയുടെ ഒരു ധർമ്മം ഇവിടെയുണ്ട്. സൂക്ഷ്മമായ അർത്ഥത്തിൽ നോക്കിയാൽ ചലനത്തെ പിടിച്ചെടുക്കാനുള്ള ശ്രമം തന്നെയാണ് എല്ലാകലകളും നടത്തുന്നത്. എല്ലാ ജഢവസ്തുക്കളെയും ജീവൻ കൊണ്ടനുഗ്രഹിക്കാനുള്ള ഒരു ഉദ്യമം തന്നെയാണിത്. എന്നാൽ ചലിക്കുന്ന വസ്തുവിനെ നിശ്ചലമാക്കാനാണ് ഒരു ഏകാധിപതി ആഗ്രഹിക്കുക. ചലനം ഏകാധിപത്യത്തിനെതിരാണ്. ഏകാധിപതി നിശ്ചലമായതിൽ രതി അനുഭവിക്കുന്നു.

പ്രകാശത്തെക്കുറിച്ചു പറഞ്ഞുവല്ലോ. സിനിമയും ചിത്രകലയുമെല്ലാം വെളിച്ചത്തിന്റെ ബാധയിലാണെന്നുവേണം കരുതാൻ. വെളിച്ചമില്ലെങ്കിൽ സിനിമയിൽ വസ്തു (രൂപം) ഇല്ല. ഇരുട്ടിന് ഒരൊറ്റ രൂപമേയുള്ളൂ. വെളിച്ചത്തിലാണ് രൂപങ്ങളുടെ ഉത്സവം. സിനിമയിൽ കാണുന്ന വസ്തുവിനോടും വ്യക്തിയോടും മോൾഡ് ചെയ്ത പ്രകാശമുണ്ട്. പ്രകാശത്താൽ പ്രത്യക്ഷമായ വസ്തുവിനെയാണ് ക്യാമറ പിടിച്ചെടുക്കുന്നത്. പ്രകാശം ഇഴുകിച്ചേർന്ന വസ്തുവിനെയാണ് ചിത്രകാരനും വരച്ചുവെക്കുന്നത്. റെംബ്രാന്റി

ന്റെ ചിത്രങ്ങൾ നോക്കിയാൽ വസ്തുവിലുള്ള പ്രകാശത്തിന്റെ സൂക്ഷ്മഭേദങ്ങൾ ഗ്രഹിക്കാൻ കഴിയും. ഈയൊരർത്ഥത്തിൽ നോക്കിയാൽ സിനിമയിലും ചിത്രകലയിലും വസ്തു പ്രകാശത്തിന്റെ ഭരണത്തിലാണെന്നു കാണാം.

ചിലപ്പോൾ കാലം, അല്ലെങ്കിൽ നിലനിൽക്കുന്ന രാഷ്ട്രീയ സാമൂഹിക പരിസരം ഒരു രൂപത്തെ 'കലാവസ്തു' വാക്കുന്നതു കാണാം. നദികളുടെ പ്രവാഹങ്ങൾ കാട്ടുകല്ലിനെ സംവത്സരങ്ങളിലൂടെ കലാവസ്തുവാക്കുന്നതിന്റെ മറ്റൊരു രീതിയാണിത്. യുദ്ധത്തിന്റെ ഫോട്ടോഗ്രാഫുകൾഉദാഹരണമായെടുക്കാം വിയറ്റ്നാം യുദ്ധത്തിനിടയിൽ ബോംബിംഗിൽനിന്നും രക്ഷപ്പെട്ടോടുന്ന ആനഗ്നബാലികയുടെ ഫോട്ടോഗ്രാഫ് എത്ര മനസ്സുകളിലാണ് തീത്തിരകളുയർത്തിയത്? ഒരു സിനിമാസംവിധായകൻ ലാവണ്യനിയമങ്ങളനുസരിച്ച് ചിട്ടപ്പെടുത്തിയെടുത്തതല്ല ആ ഫോട്ടോഗ്രാഫ്. എന്നാൽ, മഹത്തായ ഏതൊരു സിനിമയിലെയും രംഗത്തെപ്പോലെ വികാരതീവ്രമാണ് ആ ഫോട്ടോഗ്രാഫ്. ഒരു പ്രത്യേക ജീവിതസന്ദർഭം മനുഷ്യനെ സ്വമേധയാ കലാസൃഷ്ടിയാക്കി മാറ്റിയതാണിത്. തെരുവിൽ കാണുന്ന യഥാർത്ഥ ജീവിതത്തിന്റെ ഒരു ഫോട്ടോഗ്രാഫ് ജീവിതത്തിന്റെ ഏതൊക്കെയോ ഗ്രന്ഥികളോട് സംവദിച്ച് കലാസൃഷ്ടിയായി മാറുന്നതുപോലെയാണിത്. നിത്യ ജീവിതത്തിൽ കാണാൻ കഴിയാത്ത ഒരു ശരീരഭാഷ യുദ്ധം മനുഷ്യനിൽ നിന്നും തുറന്നുവിടും. സിനിമയിൽ കൃത്രിമമായി സൃഷ്ടിച്ചെടുക്കുന്ന അന്തരീക്ഷം യുദ്ധം സ്വാഭാവികമായി രൂപപ്പെടുത്തുന്നു. കലയിൽ സങ്കടങ്ങൾക്കു സുരക്ഷിതത്വമുണ്ട്. യുദ്ധത്തിൽ അതില്ല എന്നും ഓർക്കണം.

പുതിയ വൻകര

രൂപങ്ങളെക്കുറിച്ചു പറഞ്ഞുകൊണ്ടാണല്ലോ തുടങ്ങിയത്. മനുഷ്യനൊഴികെയുള്ള ജീവജാലങ്ങളുടെ രൂപബോധം കൂടി പിടിച്ചെടുത്ത് നമ്മുടെ ദൃശ്യലോകത്തിന്റെ ഭാഗമാക്കിയാൽ മാത്രമെ കാഴ്ചയുടെ ലോകം സമഗ്രമാവുകയുള്ളൂ. ചുമരിൽ തലകീഴായി തൂങ്ങിക്കിടക്കുന്ന ഗൗളി നമ്മളെ കാണുന്നതുപോലെ നാം സ്വയം കാണുകയെന്നത് കാഴ്ചയുടെ പുതിയ ഒരു വൻകര കണ്ടെത്തൽ തന്നെയാണ്.

മഴക്കാലത്തിന്റെ ചെറിയ ഇരമ്പങ്ങളും, മത്സ്യങ്ങളുടെ പുളച്ചിലുകളും കേട്ടുകൊണ്ട് വയൽ വരമ്പിലൂടെ നടന്നുപോകുന്ന ഒരു കുട്ടിയെ മഴകൊണ്ടു നിൽക്കുന്ന ഒരു മത്സ്യം കാണുന്ന കാഴ്ചകൂടി പിടിച്ചെടുക്കുമ്പോൾ നമ്മുടെ ദൃശ്യലോകം ഒരു പ്രത്യേകരീതിയിൽ വലുതാവുന്നു. നാം മത്സ്യത്തെ കാണുന്നതുപോലെ മത്സ്യത്തിന് നമ്മളെയും കാണേണ്ടതുണ്ടല്ലോ. എന്നാൽ മത്സ്യത്തിന്റെ കാഴ്ചയിൽ നമ്മൾ എങ്ങനെയായിരിക്കുമെന്ന് നമുക്കറിയില്ല. ഒരു പശു ലോകത്തെകാണുമ്പോൾ ലോകത്തിന് എന്തോ ചിലത് സംഭവിക്കുന്നുണ്ടല്ലോ. മനുഷ്യന്റെ പരമ്പരാഗതമായ ആ 'മഹത്ത്വം' അപ്പോൾ അവസാനിക്കുന്നുണ്ടാവണം.

മൃഗങ്ങളുടെ ദൃശ്യബോധം കൂടി അറിയുമ്പോൾ നാം ഇന്ന് അറിയുന്ന പ്രപഞ്ചചിത്രം അല്പം മാറുമെന്നുറപ്പാണ്. ഒരു ഭ്രാന്തൻ ലോകത്തെ തല തിരിച്ചിടുന്നതുതന്നെ ഇന്ന് നമ്മുടെ ദൃശ്യ ലോകത്തിന്റെ ഭാഗമായിട്ടില്ല. സിനിമയാകട്ടെ കാഴ്ചയുടെ ചെറിയ ഒരു ഭൂഖണ്ഡം മാത്രമെ കണ്ടെത്തി യിട്ടുള്ളൂ. മനുഷ്യന്റെ റെറ്റിനയെത്തന്നെ പൂർണ്ണമായി പിന്തുടരാൻ ക്യാമ റാലെൻസിനു കഴിഞ്ഞിട്ടില്ല. ഇരുട്ടിൽ നാം കാണുന്ന രൂപമുള്ള അരൂ പികളെ ക്യാമറ കാണുന്നില്ലല്ലൊ. കാരണം, വെളിച്ചവുമായി ഇഴപിരിഞ്ഞു കിടക്കുന്ന രൂപങ്ങളിലാണ് ഉപകരണ (ക്യാമറ)ത്തിനു ശ്രദ്ധ. ക്യാമറ കൊ ടുമുടിക്കുമുകളിൽ കയറി നിൽക്കുമ്പോൾ സിനിമകാണുന്ന കാഴ്ചക്കാര നും കൊടുമുടിക്കുമുകളിലാണ്. കഥാപാത്രത്തോടൊപ്പം ക്യാമറ ഒരു കി ണറ്റിൽ ഇറങ്ങിനിൽക്കുമ്പോൾ കാണുന്നവന് എങ്ങനെ ഒരു കസേരയിൽ ഇരിക്കാൻ കഴിയും? അയാളും പിന്നെ കിണറ്റിൽ ഇരുന്നുകൊണ്ടാണ് ആകാ ശം കാണുന്നത്. വസ്തുവിനെ പലതലങ്ങളിൽ നിന്നും വീക്ഷിക്കുമ്പോൾ കാഴ്ചയുടെ ലോകം വിപുലമാവുക തന്നെ ചെയ്യുന്നു.

മനുഷ്യനേത്രത്തിന്റെ തുടർച്ചയാണ് ക്യാമറ. ക്യാമറാലെൻസ് റെറ്റിനയെ പിന്തുടരുന്നു- എന്നെല്ലാം പറയാറുണ്ടല്ലൊ, എന്നാൽ മനുഷ്യനേത്രം വള രെ നിഷ്കളങ്കമായ ഒരു ജൈവവസ്തുവല്ലെന്നോർക്കണം. കാണുന്ന വസ് തുവിനു മുകളിൽ ചിന്തയേയും വികാരത്തേയും അവരോധിക്കുകവഴി വസ് തുവിനെ ചിന്തയിലെ വസ്തുവാക്കിമാറ്റാൻ മനുഷ്യനു കഴിയുന്നുണ്ട്. പഴയ ആൽക്കെമിസ്റ്റിനെപ്പോലെ ; സ്വർണ്ണമുണ്ടാക്കാനുള്ള ഉദ്യമത്തിനിട യിൽ അയാൾ മറ്റുപല ലോഹങ്ങളും കണ്ടുപിടിക്കുന്നു.

വസ്തുവിനെ ചിന്തയിലും വികാരങ്ങളിലും ലയിപ്പിച്ചാണ് ഒരാൾ കാണു ന്നത്എന്നതു കൊണ്ട് രൂപത്തിന്റെ യാഥാർത്ഥ്യം കണ്ടുപിടിക്കാൻ ഒരുവൻ 'തന്നെ' തന്നിൽ നിന്ന് അല്പം അകറ്റേണ്ടിവരും.

ഒരു മുറിക്കുള്ളിലെ മേശയും കസേരയും കട്ടിലും കലണ്ടർ ചിത്രങ്ങളു മടക്കം എല്ലാ വസ്തുക്കളെയും അതിനിശിതമായി വിവരിച്ചുകൊണ്ട് ആ മുറിയിൽ കിടക്കുന്ന ഗ്രെഗർസാംസ ഈ ലോകത്ത് ഒരനാവശ്യവസ്തുവാണെന്ന് വായിക്കുന്നവനെ ഓർമ്മിപ്പിക്കാൻ കാഫ്കക്കുകഴിയുന്നുണ്ടല്ലൊ. കാഫ്ക വസ്തുക്കളെ വിവരിക്കുമ്പോൾ വസ്തുക്കൾക്ക് ഭൗതികേതരമായ ഒരുതലം വന്നു ചേരുന്നു. വസ്തു തന്നെ ചിന്തയും നികാരവുമായി മാറുന്നു. കസേര ഏകാകിയായ ഒരു മനുഷ്യനായി മാറുന്നതുപോലെ നമുക്കു തോന്നുന്നു. രൂപങ്ങളുടെ ലോകത്തിന് അങ്ങനെയും ചിലത് പകരാൻ കഴിയും.

ചിലപ്പോൾ ശബ്ദങ്ങൾക്കും രൂപമുണ്ടാവുന്നുണ്ട്. ചുരം കടന്നെത്തുന്ന തീവണ്ടിയുടെ ഇരുണ്ടചൂളംവിളി കൊണ്ടുവരുന്ന രൂപങ്ങൾ പോലെ.. തായ മ്പക തീർക്കുന്ന ശബ്ദത്തിന്റെ എടുപ്പുകൾ പോലെ... ഇനിയുമുണ്ട്: ഒരു ശംഖിൽ മുഴങ്ങുന്ന സമുദ്രം.. എന്നാൽ അതെല്ലാം നാം മാത്രം കേൾക്കുന്നു. കാണുന്നു. മനുഷ്യലോകത്തിനപ്പുറം അരൂപികൾക്കു രൂപമുണ്ടോ എന്നത് മറ്റൊരന്വേഷണ വിഷയമാണ്.

(1998)

●

വേഗതയുടെ വ്യാകരണം

ആമയും മുയലും പന്തയം വെക്കാൻ തീരുമാനിച്ചതിനുശേഷം സംഭവിച്ചതെല്ലാം കഥയിലുണ്ട്. ആമയുടെ വിജയം ജീവശാസ്ത്രത്തിന്റെ ഒരു പ്രത്യേക തരത്തിലുള്ള വിജയമാണ്. കാരണം, മന്ദതയാൽ അനുഗൃഹീതനായ ആ ജീവി തന്റെ ശരീരത്തിന്റെ നിയമം അക്ഷരാർത്ഥത്തിൽ അനുസരിക്കുന്നുണ്ട്. പെട്ടെന്ന് ഓടി മുന്നേറിയ മുയൽ ഒരു കുറ്റിക്കാട് കാണുമ്പോഴാണ് കഥയിൽ പ്രധാനപ്പെട്ടചിലതു സംഭവിക്കുന്നത്. വേഗതയിലുള്ള അമിതമായ ആത്മവിശ്വാസത്തിനു സംഭവിക്കാവുന്ന അനിവാര്യമായ ഒരു വഴിത്തിരിവാണത്. പതിയെ ഇഴഞ്ഞു നടക്കുന്ന ഒരു ജീവി, ധിറുതിപിടിച്ച ഒരു വെള്ളിവരപോലെ പുൽപ്പരപ്പുകൾ ചാടിമറയുന്ന ഉത്സാഹിയായ തന്നെ മറികടക്കില്ലെന്ന് മുയൽ തീരുമാനിക്കുമ്പോൾ കാര്യങ്ങൾ ആകെ മാറുന്നു. പിന്നീടെല്ലാം ഇപ്പോൾ കേരളത്തിൽ സംഭവിച്ചുകൊണ്ടിരിക്കുന്ന കാര്യങ്ങളാണ്. മന്ദഗതിക്കാരനായതുകൊണ്ടുമാത്രം ആമയെ ചരിത്രത്തിൽ നിന്നും പുറത്താക്കിക്കഴിഞ്ഞു. ഏതെങ്കിലും അർത്ഥവാദകഥയിൽ മാത്രം ലഭിച്ചേക്കാവുന്ന ഒരു ജീവിതത്തിനുവേണ്ടി, അത്രയൊന്നും സുന്ദരനല്ലാത്ത ആ ജിവി അലയുന്നുണ്ടാവണം.

ആളുകളുടെ ജീവിതം ഇവിടെ അസാധാരണമായ വേഗത കൈവരിച്ചിരിക്കുന്നു എന്നത് പുതിയ ഒരു കണ്ടുപിടിത്തമൊന്നുമല്ല. ലോകത്തിന്റെ പല ഭാഗങ്ങളിലും ജീവിതത്തിന്റെ വേഗത തൊള്ളായിരത്തി എഴുപതുകളിൽ തന്നെ സംഭവിച്ചിട്ടുണ്ട്. ആൽവിൻ ടോഫ്ളർ 'ഫ്യൂച്ചർ ഷോക്ക്' പ്രസിദ്ധീകരിക്കുന്നത് 1970 ലാണ്. വർത്തമാനകാലത്തിലേക്ക് ഭാവിപെട്ടെന്ന് പറന്നിറങ്ങുന്നതിന്റെ വിവിധ വഴികളെക്കുറിച്ച് ടോഫ്ളർ പറയുന്നുണ്ട്. പൊതുവെ, ഭൂമിശാസ്ത്രപരമായ പ്രത്യേകത കൊണ്ട് സ്വാഭാവികമായ ഒരു ശാന്തത കൈവരിച്ചിരുന്ന കേരളീയ

ജീവിതം പൊടുന്നനെ അലറിയോടുന്നതു പോലെയുള്ള വേഗതയി ലേക്കുവന്നത് ഏറക്കുറെ അടുത്തകാലത്താണ്. ഇപ്പോൾ ദൈനംദിന ജീവിതത്തിന്റെ വേഗത ഉയർന്ന ഒരു തലത്തിൽ എത്തിയിട്ടുണ്ട്. എല്ലാ വരും ഈ വേഗതയുടെ ഇരകളായിക്കഴിഞ്ഞിട്ടില്ല എന്നതും നേരാണ്. എങ്കിലും ഒരു തൊഴിലുമില്ലാത്തവരും 'ഒന്നിനും സമയമില്ല' എന്നു പറയുന്ന ഒരുകാലം ഇതുപോലെ വേറെ ഉണ്ടായിട്ടുണ്ടെന്നു തോന്നു ന്നില്ല. ഒരു തിരക്കിന്റെയും ആവശ്യമില്ലാത്തയാളും പൊതുവായ ഒരു തിരക്കിന്റെയും വേഗതയുടെയും ഭാഗമായിക്കഴിഞ്ഞു എന്നതാണ് ഇതിനുകാരണം. തിരക്കിന്റെ ഒരു ഓളം എല്ലാവരെയും പിടികൂടിക്ക ഴിഞ്ഞിരിക്കുന്നു.

വെറുതെയിരിക്കുന്നതിനെക്കാൾ എന്തു കൊണ്ടും നല്ലത് തിരക്കു പിടിച്ച്, തിരക്കിന്റെ വഴിയേ പോവുകയല്ലേയെന്ന ഒരഭിപ്രായം വരാം. 'അലസന്റെ മനസ്സ് പിശാചിന്റെ പണിപ്പുര'യാണെന്ന ഒരു പഴമൊഴിയും കൂട്ടിനെത്തുന്നുണ്ട്. എന്നാൽ സത്യം മറ്റൊന്നാണ്. അലസതയെ തു രത്തുന്ന സൃഷ്ടിപരതയുടെ കിരണങ്ങൾ കാര്യമായൊന്നുമില്ലാത്ത കുറെയൊക്കെ ഒരു യന്ത്രത്തിന്റെ ക്രമങ്ങളെ പിന്തുടരുന്ന വേഗതയാ ണ് ഇപ്പോൾ വന്നിട്ടുള്ളത്.

തിരക്കു പിടിച്ചോടുന്ന വാഹനങ്ങളാണോ ഈ വേഗതയുടെ സൂച കങ്ങൾ എന്നു ചോദിച്ചാൽ 'അതെ' എന്ന് ഉത്തരം പറയാം. എന്നാൽ ആ ഉത്തരം ഭാഗികമായ സത്യത്തെ മാത്രമെ തൊടുന്നുള്ളൂ. കാരണം ജീവിതം പൊതുവെ കൈവരിച്ച വേഗതയുടെ ഫലമാണ് വാഹനങ്ങ ളുടെ തിരക്കുപിടിച്ച ഓട്ടം. ലോകം ഒരു മത്സരരംഗമായി മാറിയതാണ് ഇതിനൊക്കെ കാരണമെന്ന് സാമാന്യമായി പറയാം. ആരും കാഴ്ച ക്കാരില്ലാത്ത ഒരു മത്സരയോട്ടത്തിലെ അംഗങ്ങളായി ഒരു ജനതമു ഴുവൻ മാറിയിരിക്കുന്നു.

കീപ് ദെം ബിസ്സി

യുദ്ധരംഗത്തെത്തിയ പട്ടാളക്കാരെ യുദ്ധം തുടങ്ങുന്നതിനുമുമ്പ് സ്വപ്നം കാണാൻ അനുവദിക്കരുത് എന്ന് യുദ്ധമനഃശാസ്ത്രജ്ഞന്മാർ പറയാറുണ്ട്. പട്ടാളക്കാരൻ ഒറ്റക്ക് വെറുതെ ഇരിക്കാൻ തുടങ്ങിയാൽ വീടിനെക്കുറിച്ചും നാടിനെക്കുറിച്ചും ചിലപ്പോൾ, യുദ്ധം തന്നെ ആവ ശ്യമുണ്ടോ എന്നതിനെക്കുറിച്ചും ആലോചിക്കാൻ തുടങ്ങും. ഇത് ചിലപ്പോൾ യുദ്ധത്തെ തന്നെ താളം തെറ്റിക്കും. യുദ്ധം അനാവശ്യമാണെന്ന് എല്ലാ പട്ടാളക്കാരും ചിന്തിക്കാൻ തുടങ്ങിയാൽ ഓരോ രാജ്യത്തെയും ഭരണാധികാരികളാണ് വെട്ടിലാവുക. അതു കൊണ്ടാണ് യുദ്ധരംഗത്തെത്തിയ പട്ടാളക്കാരെ യുദ്ധം തുടങ്ങുന്ന തുവരെ പലതരം ജോലികൾ ചെയ്യിപ്പിച്ച് അവരെ തിരക്കുപിടിച്ചവരാ ക്കാൻ യുദ്ധമനഃശാസ്ത്രജ്ഞർ പറയുന്നത്. 'കീപ് ദെം ബിസ്സി' എന്നാണ് മനഃശാസ്ത്രജ്ഞർ പറയുക. തിരക്കുപിടിച്ചു നടക്കുന്നവർക്ക്

ചിന്തിക്കാൻ അവസരം കിട്ടുകയില്ലല്ലൊ. അങ്ങനെയുള്ളവരെ ഏതു ദിശയിലേക്കും വഴക്കിയെടുക്കാൻ എളുപ്പമാണ്. കേരളത്തിൽ ആരും പറയാതെ തന്നെ ഈയൊരവസ്ഥ രൂപപ്പെട്ടുവരുന്നുണ്ട്. ഇവിടെ ഇപ്പോൾ കൗമാരത്തിലേക്കെത്തുന്നവരെ അങ്ങനെ, തീർത്തും അപ്രസന്നമായ ഒരു ഭാവികാത്തുനിൽക്കുന്നുണ്ടെന്നു തോന്നുന്നു.

ജീവിതത്തിന് വേഗത കൂടുമ്പോൾ സംഭവിക്കുന്ന പലതും ഒറ്റനോട്ടത്തിൽ ആളുകളെ ആനന്ദിപ്പിക്കുകയും ആശ്വസിപ്പിക്കുകയും ചെയ്യുന്ന കാര്യങ്ങളാണെന്നും നാം ഓർക്കണം. രണ്ടു ദിവസം കഴിഞ്ഞ് എത്തുമായിരുന്ന സ്ഥലത്ത് ഒരു മണിക്കൂർ കൊണ്ട് എത്തുക, നാലു ദിവസം കഴിഞ്ഞ് ലഭിക്കുമായിരുന്ന സന്ദേശം പത്തു നിമിഷം കൊണ്ട് ലഭിക്കുക. എന്നിവയെല്ലാം ആവശ്യക്കാരുടെ സർവ്വാംഗങ്ങളെയും ആനന്ദിപ്പിക്കുന്ന 'കാര്യങ്ങൾ' തന്നെയാണ്. എന്നാൽ, എല്ലാം നേരത്തെ സംഭവിക്കാത്തതുകൊണ്ട് പണ്ട് ആർക്കെങ്കിലും അതിഗംഭീരമായ മനഃക്ലേശം അനുഭവിക്കേണ്ടി വന്നിട്ടുണ്ടോ എന്നും ആലോചിച്ചു നോക്കേണ്ടതാണ്. അന്ന് അത്തരം അസൗകര്യങ്ങൾക്കനുസരിച്ച് ജീവിതം ക്രമീകരിക്കാൻ കഴിഞ്ഞിരുന്നു. സമയം വ്യക്തിയുടെ വരുതിയിലായിരുന്നു എന്നും പറയാം.

സമയമില്ല, നേരം പോയി എന്നൊക്കെ പറയുമ്പോൾ നാം സമയത്തിന്റെ ഇരട്ടവ്യക്തിത്വത്തെക്കുറിച്ച് അത്ര ആലോചിക്കുന്നില്ല. യാന്ത്രികസമയം മാനസിക സമയം എന്നിങ്ങനെ സമയത്തെ തന്നെ വിഭജിക്കാവുന്നതാണ്. യാന്ത്രികസമയം അതിന്റെ വഴിക്ക് മുന്നേറിക്കൊണ്ടിരിക്കും. ഭൂമിയുടെയും പ്രപഞ്ചഗോളങ്ങളുടെയുമെല്ലാം ചലനമാണ് യാന്ത്രികസമയത്തെ നിർണ്ണയിക്കുന്നത്. യാന്ത്രികസമയത്തെ മനുഷ്യമനസ്സ് സ്വീകരിക്കുകയോ നിരാകരിക്കുകയോ ചെയ്യുന്നതിന്റെ ചില ക്രമങ്ങളാണ് മാനസികസമയ(Psychic time)ത്തെ നിർണ്ണയിക്കുന്നത്. 'ഒന്നിനും സമയമില്ല' എന്നു പറയുന്നത് മനുഷ്യന്റെ ഒരു കാര്യമാണ്. യാന്ത്രിക സമയത്തിന് അതിൽ ഒന്നും ചെയ്യാനില്ല. അത് മനുഷ്യന്റെ അനുവാദം കൂടാതെ തന്നെ മുന്നേറിക്കൊണ്ടിരിക്കും. യാന്ത്രികസമയത്തെ വളരെ സ്ഥൂലമായി ഓർമ്മിപ്പിക്കുന്ന രണ്ടുകാര്യങ്ങൾ രാത്രിയാവുക, പകലാവുക എന്നിവയാണ്. ഈ രണ്ടുകാര്യങ്ങൾക്കിടയിൽ നാം സമയത്തെ വിഭജിച്ചിട്ടുള്ളതെല്ലാം തന്നെ നമ്മുടെ ഓരോരോ കാര്യങ്ങൾക്കുവേണ്ടിയാണ്. ഏഴുമണിക്ക് ചായകുടിക്കണം, ഒരു മണിക്ക് ഊണുകഴിക്കണം, കൃത്യം അഞ്ചരക്ക് ഒരാളെ ഉപദ്രവിക്കണം എന്നൊക്കെ തയ്യാറാക്കിവെച്ചിട്ടുള്ളത് നമ്മളാണല്ലൊ. പിന്നെ ജീവിക്കുന്നതു തന്നെ ഇങ്ങനെയുള്ള ഓരോരോ കാര്യങ്ങൾക്കുവേണ്ടിയായിമാറും. ഏഴുമണിക്ക് ചായകുടിച്ചില്ലെങ്കിൽ ഭാവന ഉണരാതെയാവും, ഒരു മണിക്കുതന്നെ ഊണുകഴിച്ചില്ലെങ്കിൽ മനുഷ്യവർഗ്ഗം തീരെ ശരിയല്ലെന്നു തോന്നും. അതുമുതലാണ് ഒരാൾ സമയത്തിന്റെ അടിമ എന്ന നിലയിലെത്തുക. അതും അങ്ങനെ എത്തുന്നവന്റെ ഒരു

കാര്യമാണ്. യാന്ത്രികസമയ(Mechanical time)ത്തിന് അതിലൊന്നും ഒരു താല്പര്യവുമില്ല.

സമയത്തെ നീട്ടുന്നതും ചുരുക്കുന്നതും സമയത്തെ ഭയന്ന് ഓടുന്നതും വേഗതയുടെ ദാസന്മാരായിത്തീരുന്നതുമെല്ലാം മനുഷ്യലോകം തന്നെ സൃഷ്ടിച്ചെടുത്ത അനേകം മിഥ്യകളോടു പടപൊരുതാൻ വേണ്ടിയാണെന്നാണ് പറഞ്ഞുവരുന്നത്.

അകലങ്ങൾ അടുത്ത്

എല്ലാം പെട്ടെന്ന് സംഭവിക്കുമ്പോൾ മനുഷ്യാനുഭവങ്ങളിലും ചിലത് സംഭവിക്കുന്നുണ്ട്.

'Arrived safely' എന്നെഴുതിയ കമ്പികിട്ടുന്നതു വരെ കദനഭാരവുമായി ആഹാരത്തിന്റെ രുചിയറിയാതെ ഇരിക്കുന്നവരുടെ ഒരു തലമുറ കേരളത്തിൽ ഒരു പത്തുകൊല്ലം മുമ്പെങ്കിലും ഉണ്ടായിരുന്നു. ഗൾഫിൽ പോയവന്റെ സന്ദേശമാണ് ഒരാൾ ഓടിക്കിതച്ചുവന്ന് വീട്ടിലെത്തിക്കുന്ന ആവരികൾ. അത് കിട്ടുന്നതോടെയാണ് കണ്ണുനീർ പുഞ്ചിരിയായി പരിണമിക്കുക. കണ്ണുനീർ പുഞ്ചിരിയായി പരിണമിക്കാൻ അന്ന് മൂന്നോ നാലോ ദിവസം വേണമായിരുന്നു. ഇപ്പോഴത് അഞ്ചോ ആറോ മണിക്കൂറുകളായി ചുരുങ്ങിയിട്ടുണ്ട്. അതോടെ വിരഹത്തിനും സ്നേഹത്തിനുമെല്ലാം അനിഷ്ടകരമായ ചിലത് സംഭവിച്ചിട്ടുണ്ടെന്ന് തോന്നുന്നു.

അകലങ്ങൾ അടുക്കുമ്പോൾ മങ്ങിയകലുന്നത് മനുഷ്യന്റെ പ്രധാന ഗുണങ്ങളിലൊന്നായ 'കാത്തിരിപ്പ്' ആണ്. ആരും ആരെയും കാത്തുനിൽക്കാത്ത ഒരു കാലമാണ് വൻ ഇരമ്പത്തോടെ വന്നുകൊണ്ടിരിക്കുന്നത്. ഒരുപക്ഷേ, മനുഷ്യനുമാത്രം കഴിയുന്ന ഒന്നാണ് കാത്തിരിപ്പ്. അത് വരാൻ പോകുന്ന ഒരു നല്ലകാലത്തിനു വേണ്ടിയുള്ള കാത്തിരിപ്പാവാം. ഒരു വ്യക്തിയോടോ വസ്തുവിനോടോ സ്ഥിരമായ വികാരം ഉണ്ടെങ്കിൽ മാത്രമേ കാത്തിരിപ്പ് സാദ്ധ്യമാവുകയുള്ളൂ. എന്നാൽ തിരക്കിന്റെ ലോകം 'സ്ഥിരത'യേയാണ് ആദ്യം അവസാനിപ്പിക്കുന്നത്. വസ്തുക്കളും വികാരങ്ങളുമെല്ലാം പെട്ടെന്ന് കാലഹരണപ്പെട്ടുപോകുന്ന ഇക്കാലത്ത്'ഇവിടെ' 'ഇപ്പോൾ' എന്നതാണ് ജീവിതാദർശം. ഇവിടെ, ഇപ്പോൾ എന്നത് മത്സരക്കളികളുടെയും ഒരു നിയമമാണ്. ഏതു മത്സരവും വർത്തമാനകാലത്തെയാണ് അതിനിശിതമായി ബോദ്ധ്യപ്പെടുത്തുന്നത്.

ആളുകളുടെ ഓരോ പ്രവൃത്തികൾക്കു പിന്നിലും ഏതോ മത്സരത്തിൽ പങ്കെടുത്തു കൊണ്ടിരിക്കുകയാണെന്ന ബോധത്തിന്റെ ഒരു നിഴൽ കാണാൻ കഴിയുന്നുണ്ട്. ഇത് പല നിലകളിൽ തുടരുന്നുണ്ട്. മോട്ടോർ സൈക്കിളിൽ പാഞ്ഞുപോകുന്ന ചെറുപ്പക്കാരനെ നോക്കുക. യാത്രയിലുടനീളം തനിക്കു പിന്നിൽ ആരോ മത്സരിച്ചുവരുന്നുണ്ടെന്ന ചിന്തയുടെ ഒരു നിഴൽ അവനിലുണ്ട്. ആരും വിധികർത്താക്കളായി ഇല്ലാത്ത ഒരു പന്തയത്തിലാണ് അവൻ.

കേരളത്തെപ്പോലെ മലനാടും ഇടനാടും തീരപ്രദേശവും കൃഷിക്കു പറ്റുന്ന ഭൂമിയും എല്ലാം ഉള്ള, ഭൂമിശാസ്ത്രപരമായ ഒരു ശാന്തതയുള്ള ഒരു രാജ്യത്ത് ഏറക്കുറെ ഇറക്കുമതി ചെയ്തതുപോലെയാണ് ഈ വേഗത അനുഭവപ്പെടുക. പച്ചപ്പുൽ പരപ്പിനു മുകളിൽ പെട്ടെന്ന് എവിടെ നിന്നോ അലറിവന്നെത്തിയ ഒരു യന്ത്രത്തിന്റെ അപരിചിതത്വമാണ് ഈ വേഗത ഉണ്ടാക്കുന്നത്.

ഒന്നിനും സമയമില്ല എന്നു പറഞ്ഞ് പാഞ്ഞു പോകുന്നയാൾ എന്തെല്ലാം ചെയ്യുന്നുണ്ട് എന്ന ഒരു കണക്കെടുത്താൽ ഫലം രസകരമായിരിക്കും. സമയമില്ല എന്ന വിലാപത്തിനുമുകളിൽ വെറും പാഞ്ഞു നടത്തം മാത്രമായിരിക്കും പലപ്പോഴും ഉണ്ടാവുക.

അമിതമായ വേഗതയിൽ സ്വയം നഷ്ടപ്പെടാൻ ആഗ്രഹിക്കുന്നതിനു പിന്നിൽ ചില മാനസികഭാവങ്ങളും സവിശേഷമായിട്ടുണ്ട്. ചില മനോരോഗങ്ങൾ മനുഷ്യനെ സഞ്ചാരിയാക്കുന്നുണ്ട്. സ്കിസോഫ്രേനിയ രോഗത്തിന്റെ ഏറ്റവും രസാവഹമായ ഒരു ഘട്ടത്തിൽ വ്യക്തി സഞ്ചാരിയായി മാറും. ഉന്മാദരോഗത്തിലും ഇതുതന്നെ സംഭവിക്കാറുണ്ട്. ഒരിടത്തും ഇരിപ്പുറക്കാതെ നിരന്തരം സഞ്ചരിച്ചുകൊണ്ടിരിക്കുന്ന ഭ്രാന്തൻ ഈയൊരു മാനസികഭാവമാണ് പ്രകടിപ്പിക്കുന്നത്. മാനസിക പിരിമുറുക്കം വന്നാൽ ഒരിടത്തിരിക്കുന്നതിനേക്കാൾ ആശ്വാസകരം നടക്കുന്നതാണ്. പ്രസവമുറിക്കുമുന്നിലെ ഭർത്താക്കന്മാരുടെ പരമ്പരാഗതമായ ആ നടത്തം ഉദാഹരണം. ചിലതരം ന്യൂറോസിസുകൾ ഉള്ളവരും സഞ്ചാരപ്രിയരാണെന്നു കണ്ടുവരുന്നുണ്ട്. വേഗതയെ ജീവിതത്തിന്റെ നിയമമാക്കിയവരെല്ലാം മനോരോഗികളാണെന്നല്ല പറഞ്ഞു വരുന്നത്. ആധുനിക മനുഷ്യന്റെ അസ്വസ്ഥതകളും ഏകാന്തതയുമെല്ലാം വേഗതയോട് ആഭിമുഖ്യം വളർത്തും എന്നാണ് ഉദ്ദേശിക്കുന്നത്.

ശരീരത്തിന് ഒരിക്കൽ റേഡിയേഷൻ കിട്ടിയാൽ പിന്നീടത് തിരിച്ചെടുക്കാനാവില്ലെന്നു പറയാറുണ്ട്. അതുപോലെ ജീവിതം ഒരിക്കൽ കൈവരിച്ച വേഗതയിൽ നിന്നു പുറത്തു കടക്കുകയെന്നതും അത്ര എളുപ്പമല്ല.

വേഗതയുടെ നിയമങ്ങൾ ഏറെ പ്രാവർത്തികമായിട്ടുള്ളത് വാർത്താവിനിമയ രംഗത്താണല്ലോ. ലോകത്തുള്ള ആരുമായും നിമിഷങ്ങൾക്കുള്ളിൽ സന്ദേശങ്ങൾ കൈമാറാൻ ഇന്നു കഴിയും. ഈയൊരു സ്ഥിതി മനുഷ്യർ തമ്മിലുള്ള ഐക്യവും സ്നേഹവും വളർത്തുമെന്ന ഒരഭിപ്രായം ഉണ്ട്. കമ്പ്യൂട്ടർ കേന്ദ്രീകൃത ഉപാധികളിലൂടെ കടലുകൾക്കപ്പുറമിരിക്കുന്നവരുമായി സംസാരിക്കാനും അവരെകാണാനും ഇന്നു കഴിയും. വിരഹം ഇന്ന് വലിയ ഒരു പ്രശ്നമല്ല. എന്നാൽ ഇതൊന്നും വ്യക്തികൾ തമ്മിലുള്ള സ്നേഹബന്ധത്തിൽ കാര്യമായൊന്നും ചെയ്തിട്ടില്ലെന്നാണ് മനസ്സിലാക്കേണ്ടത്. കുടുംബകലഹങ്ങളും കൂട്ട ആത്മഹത്യകളും വിവാഹമോചനങ്ങളുമെല്ലാം അധികരിച്ചിട്ടേയുള്ളൂ.

'നിരന്തരം തമ്മിൽ ബന്ധപ്പെടുന്നുണ്ട്. എന്നാൽ ബന്ധമൊന്നുമില്ല' എന്നിടത്താണ് കാര്യങ്ങൾ എത്തിയിട്ടുള്ളത്. ബന്ധങ്ങളിൽ നിന്നും സ്നേഹത്തിന്റെ ഈർപ്പം ചോർന്നുപോവാൻ തുടങ്ങിയിട്ടുണ്ട്. സുഹൃത്തുക്കൾ തമ്മിലുള്ള ധനവിനിമയങ്ങളിൽ പോലും പലിശയുടെ കണക്കുകൾ കടന്നുവന്നിട്ടുള്ള ഒരു കാലം ഇതുപോലെ മുമ്പെങ്ങും ഉണ്ടായിട്ടില്ല.

മൊബൈൽ ജീവിതം

'ഇവിടെ ഉണ്ട്' എന്നതിനു പകരം 'എവിടെയുമാവാം' എന്ന അനിശ്ചിതത്വം ജീവിതത്തിന്റെ നിയമമാകുമ്പോൾ അതിന് ഏറ്റവും ഇണങ്ങിയ ഉപകരണങ്ങളും കടന്നു വരുന്നു. മൊബൈൽ ഫോൺ അത്തരത്തിലൊന്നാണ്. പാഞ്ഞുപോകുന്ന മനുഷ്യന് പാച്ചിലിനിടയിൽ ലോകവുമായി 'ബന്ധപ്പെടാ'നുള്ള ഉപകരണം. അസ്ഥിരതയിലും അനിശ്ചിതത്വത്തിലും സുഖവും സുരക്ഷിതത്വവും കണ്ടെത്താൻ ഈ ഉപകരണം നിങ്ങളെ സഹായിക്കുന്നുണ്ട്. എന്നാൽ ഈയൊരു ക്രമം മുന്നേറിയാൽ അത് പിതാവും പുത്രനും തമ്മിലുള്ള ബന്ധത്തിലും ഗുരുശിഷ്യബന്ധത്തിലുമെല്ലാം മാറ്റം വരുത്തും. ദ്രുതസഞ്ചാരത്തിനിടയിൽ തന്നെ കാര്യങ്ങൾ നടന്നു പോകുന്ന നിലവന്നാൽ വീട് എന്നത് ക്രമേണ ഒരനാവശ്യമായി മാറും. കൃഷിയുടെ കണ്ടുപിടിത്തത്തെ തുടർന്ന് മനുഷ്യർ ഒരിടത്തുതന്നെ താമസിക്കാൻ തുടങ്ങിയതുകൊണ്ടാണല്ലോ കുടുംബം എന്ന സ്ഥാപനം തന്നെയുണ്ടായത്. കൃഷി സംഘജീവിതത്തിന്റെ സ്നേഹം ആവശ്യപ്പെടുന്ന ഒന്നാണ്. കൃഷിപ്പണിസ്വാഭാവികമായിത്തന്നെ ഒരു സംവാദമാണ്. വിത്തുവിതക്കുന്നതിലൂടെ മനുഷ്യൻ പ്രകൃതിയോട്, ഭൂമിയോട് ഒരുചോദ്യം ചോദിക്കുന്നു. വിളവുതരുന്നതിലൂടെ ഭൂമി ഉത്തരംപറയുന്നു. കൃഷിയെ കേരളീയർ ഏറക്കുറെ ഉപേക്ഷിച്ചിട്ടുണ്ടെന്നും ഓർക്കണം.

പ്രകൃതിയുടെ സ്നേഹരോഷങ്ങളനുഭവിച്ച് നാടോടിയായി നടന്നിരുന്ന മനുഷ്യന് കുടുംബം ഉണ്ടായിരുന്നില്ല. അത്തരം ഒരു നാടോടി ജീവിതം അതിന്റെ നന്മകളെയെല്ലാം ചോർത്തിക്കളഞ്ഞ് ഇനിയും സംഭവിക്കാവുന്നതാണ്. പ്രകൃതിയുമായുള്ള ബന്ധങ്ങളെല്ലാം അറുത്തെറിഞ്ഞ ഈ പരിഷ്കൃത നാടോടി ഒരുപക്ഷെ, തന്റെ ശരീരത്തിന്റെ ദാഹങ്ങളിലേക്കുമാത്രം ഉണർന്ന അതീവ സ്വാർത്ഥനായ ഏകാകിയായിരിക്കും.

ഒരു മനുഷ്യന്റെ ജീവിതത്തിൽ മറ്റൊരാൾക്ക് ഉത്തരവാദിത്വമൊന്നുമില്ലെന്നു വന്നാൽ മനുഷ്യജീവിതത്തിന്റെ നന്മകൾ കീഴ്മേൽമറിയും. 'ഗുരുത്വദോഷി' എന്നെല്ലാമുള്ള വാക്കുകൾക്ക് വിലയില്ലാതാവുന്ന കാലം താമസിയാതെ വരുമെന്നു തോന്നുന്നു. പഠിച്ചു പരീക്ഷയെഴുതാൻ ഗുരുവിന്റെ ആവശ്യമില്ലാത്ത ഒരു ഭാവി ആസന്നമായിട്ടുണ്ട്. എന്റെ ശരീരം നിലനിർത്തേണ്ട ഉത്തരവാദിത്വം നിനക്കുമുണ്ട് എന്ന്

മനുഷ്യരെ ഓർമ്മിപ്പിക്കുന്നതിനാവണം ബുദ്ധൻ പിച്ചതെണ്ടിയത്. ഒരു മനുഷ്യന്റെ ശരീരത്തിൽ മറ്റൊരാൾക്ക് ചിലകടമകൾ ചെയ്യാനുണ്ട് എന്ന ബോധം ഉണ്ടാക്കുന്നതുകൊണ്ട് ആ പിച്ചതെണ്ടലിൽപോലും ഒരു നന്മയുണ്ട്.

ജീവിച്ചിരിക്കുന്നവരിൽ മാത്രമല്ല മരിച്ചവരിലും താല്പര്യം കാട്ടുകയെന്നതാണ് സംസ്കാരത്തിന്റെ ലക്ഷണം. കറവുവറ്റിയ പശുവിനെ അറവുകാരന് കൊടുക്കാതെ സംരക്ഷിക്കുന്ന ഒരാൾ കാരുണ്യത്തിന്റെ അനശ്വരതയിൽ തൊടുന്നുണ്ട്.

എന്നാൽ വേഗതയുടെയും അതുവഴി ക്ഷണികതയുടെയും ഈ കാലത്ത് പുതിയതിനുമാത്രമെ ശ്രദ്ധയും പരിഗണനയും ലഭിക്കുകയുള്ളൂ. പെട്ടെന്ന് ഉപയോഗിച്ച് ഉപേക്ഷിക്കാവുന്ന വസ്തുക്കളിലാണ് തിരക്കിന്റെ ലോകത്തിന് താല്പര്യം. 'ഫ്രഷ് ആണോ...' എന്നതാണ് ഈ കാലത്തിന്റെ ഒരു പ്രധാന ചോദ്യം. അച്ഛനുമമ്മയും 'ഫ്രഷ്' അല്ലാതാവുമ്പോൾ അവരെ കൊണ്ടുവിടാനും ഇടങ്ങൾ ഉണ്ട്. ഇത്തരമൊരു ജീവിതത്തിന് ആവശ്യമുള്ള വസ്തുക്കളുടെ കമ്പോളമാണ് ഇപ്പോൾ ഊർജ്ജസ്വലമായി നിൽക്കുന്നത്. പ്ലാസ്റ്റിക് കപ്പുകൾ, ഫാസ്റ്റ് ഫുഡ്, മിനറൽവാട്ടർ, എല്ലാം ഒരിടത്തു നിന്നു കിട്ടുന്ന സൂപ്പർമാർക്കറ്റുകൾ, എന്നിവയെല്ലാം ഇത്തരം ജീവിതത്തിന്റെ സൂചകങ്ങളാണ്.

മുമ്പ് ചില വസ്തുക്കൾ ലഭിക്കാൻ സുഖകരമായ ഒരു കാത്തിരിപ്പ് വേണമായിരുന്നു. ആണ്ടറുതികളാവുമ്പോൾ വരാറുള്ള വളക്കാരികളെ കാത്ത് ഇരിക്കുന്ന സ്ത്രീകൾക്ക് അതൊരു പ്രതീക്ഷയാണ്. അത്തരം ആനന്ദങ്ങളെല്ലാം ഇപ്പോൾ അകന്നുകഴിഞ്ഞു. ആവശ്യമുള്ള ചില വസ്തുക്കൾ തേടി നടന്നിരുന്ന പഴയ മനുഷ്യർക്ക് സൂപ്പർമാർക്കറ്റ് എന്ന സങ്കല്പം തന്നെ അത്ഭുതകരമായിരിക്കും. അന്വേഷണം എന്ന ഘടകത്തെ തന്നെ ജീവിതത്തിൽ നിന്നും തൊഴിച്ചകറ്റിയ ഒരു കാലമാണ് മുന്നേറിക്കൊണ്ടിരിക്കുന്നത്.

വേഗതയുടെ ഓരോനിമിഷത്തിനും ഈ ഭൂമി ഒരു വിലകൊടുക്കുന്നുണ്ട്. ഇന്ധനങ്ങളുടെ രൂപത്തിൽ. മനുഷ്യർ വാഹനങ്ങളിലൂടെ വേഗത കൈവരിക്കുന്ന ഓരോനിമിഷവും ഭൂമിക്കടിയിലെ ഇന്ധനശേഖരത്തിൽ ഒരു കുറവുവരുന്നുണ്ട്. ഈ കുറവ് ഒരു ദിവസം മനുഷ്യരെ കത്തുന്ന ഒരു ചോദ്യത്തിനു മുന്നിൽ തനിച്ചു നിർത്തും.

പതിനൊന്നുകാരനായ വൃദ്ധൻ

1967 മാർച്ചുമാസത്തിൽ കാനഡയിലെ പത്രങ്ങൾ ഒരു വാർത്ത റിപ്പോർട്ടു ചെയ്തു. 'പതിനൊന്നുകാരൻ വാർദ്ധക്യസഹജമായ അസുഖം മൂലം മരിച്ചു' എന്നതായിരുന്നു വാർത്ത. പ്രൊജേറിയ എന്ന രോഗം വന്ന ഒരു ബാലനെക്കുറിച്ചായിരുന്നു ആ വാർത്ത. തൊണ്ണൂറു വയസ്സുകൊണ്ട് ശരീരത്തിൽ വരേണ്ട മാറ്റമെല്ലാം പതിനൊന്നു വർഷംകൊണ്ട് അവന്റെ ശരീരത്തിൽ വന്നുചേർന്നു. തൊലിചുളിഞ്ഞു, മുടികൊഴിഞ്ഞു,

രക്തധമനികൾ തടിച്ചു. അങ്ങനെ വാർദ്ധക്യ ലക്ഷണങ്ങളെല്ലാം ഒത്തിണങ്ങിയ അവൻ വാർദ്ധക്യസഹജമായ അസുഖങ്ങൾ മൂലം മരിച്ചു. വാർദ്ധക്യത്തിന്റെ ശാരീരിക ലക്ഷണങ്ങൾ കാണിക്കുന്നില്ലെങ്കിലും കേരളത്തിലും കുട്ടികൾ പെട്ടെന്ന് വൃദ്ധരാവാൻ തുടങ്ങുന്നുണ്ട്. ഭാവി വർത്തമാനകാലത്തിലേക്ക് പെട്ടെന്ന് അലറിവീഴുന്ന അനുഭവമാണ് ഇന്നുള്ളത്. ജീവിതത്തിന്റെ ഈ വേഗതയിലേക്ക് വ്യക്തി എങ്ങനെ തന്നെ ചേർത്തു (adapt)വയ്ക്കുന്നു എന്നതാണ് പ്രധാനം. വ്യവസായവിപ്ലവത്തിന്റെ നടപടികൾ പൂർത്തിയായ രാജ്യങ്ങളിലെ ആളുകൾക്ക് വേഗതയോട് സ്വാഭാവികമായ ഒരൊത്തു തീർപ്പ് സാദ്ധ്യമാണ്. എന്നാൽ പിച്ചവെച്ചുനടക്കാൻ തുടങ്ങിയ ശിശു മോട്ടോർ സൈക്കിളിലേക്ക് ചാടിക്കയറി അത് ഓടിക്കാൻ തുടങ്ങിയ അനുഭവമാണ് കേരളത്തിലെ വേഗതയുടെ കാഴ്ച നൽകുന്നത്.

ഒരു വാഹനത്തിന്റെ വേഗതയിലേക്ക് തന്നെ ചേർത്തുവെക്കാൻ കഴിയാതിരുന്ന ഒരു നമ്പൂതിരിയെക്കുറിച്ച് ഒരു കഥയുണ്ടല്ലോ. ദൂരങ്ങൾ വലിയ ശത്രുക്കളല്ലായിരുന്ന ഒരു കാലത്തിൽ നിന്നാണ് അയാൾ വരുന്നത്. ബസ്സിൽ കയറിയ അയാൾ വേഗമെത്താൻ വേണ്ടി ബസ്സിൽ നടന്നു എന്നാണ് കഥ. ഒരു നമ്പൂതിരിഫലിതത്തിനപ്പുറം ഈ കഥയിൽ ചില ധ്വനികൾ മറഞ്ഞിരിക്കുന്നുണ്ടെന്നു തോന്നുന്നു. ആ മനുഷ്യന് നടക്കുകയെന്നത് ശരീരത്തിന്റെ ഒരു ജൈവപ്രക്രിയയാണ്. ശരീരത്തിലെ എല്ലാ അവയവങ്ങളും പങ്കെടുക്കുന്ന ഒരു ജൈവ പൂർണ്ണത. ബസ്സുയാത്രയിൽ അയാൾക്ക് യാത്രയുടെ അനുഭവമില്ല. ബസ്സിന്റെ യാത്രയിലേക്ക് തന്നെ ദാനം ചെയ്യുക മാത്രമേ അയാൾക്ക് ചെയ്യേണ്ടതുള്ളൂ. അപ്പോഴാണ് കാൽനടയാത്രയുടെ ഗൃഹാതുരത്വമുണരുന്നത്. അയാൾക്ക് പെട്ടെന്ന് ഇണങ്ങാനാവാത്ത ഒരു സാഹചര്യമാണത്. അതുകൊണ്ട് അയാൾ ബസ്സിൽ എണീറ്റുനടക്കുന്നു.

ശരീരതാളം വിരലുയർത്തുന്നു

തിരക്കുപിടിച്ച ജീവിതം മനുഷ്യശരീരത്തെ പല നിലകളിൽ മുറിപ്പെടുത്തുന്നുണ്ട്. ഏതൊരു തിരക്കും വേഗതയും ശാരീരികവും മാനസികവുമായ പിരിമുറുക്കം ഉണ്ടാക്കുന്നുണ്ട്. ഈ പിരിമുറുക്കം ശരീരത്തിന്റെ സ്വാഭാവികമായ താളത്തിനെതിരെ വിരലുയർത്തുന്നു.

തിരക്കുപിടിച്ച ജീവിതവും അമിതമായ വേഗതയും ശരീരത്തിനും മനസ്സിനും ഗുണകരമാണെന്നു പറയുന്ന ഒരു ചികിത്സാ പദ്ധതിയും ലോകത്തുണ്ടെന്നു തോന്നുന്നില്ല. ശരീരത്തിലെ ആന്തരികാവയവങ്ങൾക്കും മനസ്സിനും ശരിയായ വിശ്രാന്തിലഭിക്കുമ്പോഴാണ് ശരീരത്തിന്റെ ജിവശക്തി ഉണരുക. ജീവിതത്തിനു വേഗതകൂടുമ്പോൾ ശരീരത്തിന്റെ സ്വാഭാവികമായ ആവൃത്തി (natural frequency)ക്ക് പരിക്കേൽക്കുന്നു. രക്തസമ്മർദ്ദം, പലതരം ഹൃദ്രോഗങ്ങൾ, സൈക്കോസൊമാറ്റിക് രോഗങ്ങൾ തുടങ്ങി പലരോഗങ്ങളും പിടിപെടാനാവശ്യമായ

സാഹചര്യമൊരുങ്ങുകയും ചെയ്യുന്നു. പിരിമുറുക്കം വ്യക്തിയുടെ സിമ്പതറ്റിക് നാഡീവ്യൂഹത്തിന്റെ പ്രവർത്തനം വർദ്ധിപ്പിക്കുന്നതുമൂലം അഡ്രിനാലിൻ എന്ന ഹോർമോൺ രക്തത്തിലേക്ക് കൂടുതലായി പ്രവഹിക്കുന്നു. ഇത് രക്തസമ്മർദ്ദരോഗത്തിന് കാരണമാവുകയും ചെയ്യുന്നു.

മനുഷ്യരെപ്പോലെ ബോധം വികസിച്ചിട്ടില്ലാത്ത ജീവികളൊക്കെ പ്രകൃതിയോടിണങ്ങിച്ചേർന്ന്, പ്രകൃതിയുടെ ഇഷ്ടഭാജനങ്ങളായി ജീവിക്കുകയാണല്ലൊ. പ്രകൃതിക്കു മുകളിൽ പടയോട്ടം നടത്തുന്നത് മനുഷ്യൻ മാത്രമാണ്. പ്രകൃതിവിഭവങ്ങൾ മുഴുവൻ തിന്നൊടുക്കുന്നതും മനുഷ്യനാണ്. ഒരു മനുഷ്യന് ഏറിയാൽ എഴുപതോ എൺപതോ വർഷം ജീവിച്ചു പോവാൻ ഈ കാണുന്ന തിരക്കിന്റെയും വേഗതയുടെയും ആവശ്യമുണ്ടോ എന്ന് അധികമാരും ചോദിക്കാനിടയില്ല. കാരണം അത്തരം ചോദ്യങ്ങളെയെല്ലാം അപ്രസക്തമാക്കുന്ന വിധത്തിലാണ് മത്സരം തഴയ്ക്കുന്നത്.

വേഗതയുടെ നാൾവഴികൾ പിന്നിടുമ്പോൾ ഒരു പക്ഷേ, ആളുകൾ ഇരുമ്പും സിമന്റും കൊണ്ട് പല എടുപ്പുകളും ഉയർത്തുമായിരിക്കാം. എന്നാൽ ഏകകോശജീവി മുതൽ നീലത്തിമിംഗിലം വരെ നീണ്ടു കിടക്കുന്ന കോടാനുകോടി ജീവമാതൃകകളുടെ സ്വാഭാവികമായ തുടർച്ചയിൽ നിന്നും തെറ്റിനിൽക്കുന്ന, ജൈവധാരയുടെ തന്നെ ശത്രുവായിത്തീരുന്ന സ്ഥിതിയിലേക്ക് എല്ലാവരും എത്തും.

വേഗതയുടെ ഏറ്റവും ഉയർന്ന 'ഗിയറി'ലാണ് മനുഷ്യൻ ഇപ്പോൾ. അങ്ങനെയെങ്കിൽ ഇനി വേഗതയെ നിരസിക്കുന്നതിലേക്ക് ആളുകൾ എത്തുകയില്ലേ എന്ന ചോദ്യം വരാം. ഉത്തരം കാലത്തിന്റെ കൈയിലാണ്. ഇന്നത്തെ മനുഷ്യരെപ്പോലെ തിരക്കുപിടിച്ച ഒരു ജന്തുവിനേയും നാം കാണുന്നില്ല. മാംസഭുക്കായ ഏറ്റവും ഉഗ്രൻ ജന്തുപോലും ആവശ്യത്തിന് ഇരകിട്ടിക്കഴിഞ്ഞാൽ വിശ്രമിക്കുന്നുണ്ട്. മനുഷ്യരുടെ വിശ്രമമാകട്ടെ ഒരു സെൻ കഥയിൽ പറയുന്നതുപോലെയാണ്. 'താവോ' എങ്ങനെ നന്നായി പരിശീലിക്കാം എന്നു ചോദിച്ച ശിഷ്യനോട് സെൻ ഗുരു പറഞ്ഞു: 'വിശക്കുമ്പോൾ തിന്നുക, ക്ഷീണിക്കുമ്പോൾ ഉറങ്ങുക' ഇതുതന്നെയല്ലേ എല്ലാവരും ചെയ്യുന്നത് എന്നു ശങ്കിച്ച ശിഷ്യനോട് ഗുരു പറഞ്ഞു: 'കൂടുതൽ ആളുകൾക്കും തിന്നുമ്പോൾ നിറയെ ചിന്തകളും ആഗ്രഹങ്ങളുമാണ്. ഉറങ്ങുമ്പോൾ നിറയെ ഓർമ്മകളും.'

മോട്ടോർ സൈക്കിളിൽ പാഞ്ഞുവന്ന ഒരാൾ പെട്ടെന്നു വാഹനം നിർത്തി ചങ്ങാതിയോട് പറയുന്നു: 'പോകട്ടെ, നേരമില്ല. ജീവിതം ഒരു സ്ട്രഗ്ളായിമാറിയിരിക്കുന്നു.'

കുറച്ചുകാലം മുമ്പാണെങ്കിൽ ഇത് ഏതെങ്കിലും ഒരു നോവലിലെ സംഭാഷണം പോലെ തോന്നും. ഇപ്പോൾ അതിൽ തത്ത്വശാസ്ത്രമൊന്നുമില്ല. പിന്നിൽ ആരോ പിന്തുടർന്നെത്തുന്നതുപോലെ അയാൾ പാഞ്ഞുകഴിഞ്ഞു. അത് കഥയിലെ മുയലിന്റെ ഓട്ടമാണ്. പുൽപ്പരപ്പി

നു പകരം തൊലികറുത്തു മിനുത്ത റോഡാണെന്നു മാത്രം. ആമയുടെ നേരം പിന്നീടാണ് വരുന്നത്. ഭൂമിയുടെ നറുംഗന്ധങ്ങളിലേക്കു തന്നെ ശ്രദ്ധിച്ച്, പിന്നിടുന്ന ഓരോ ഇഞ്ച് മണ്ണിനോടും ചങ്ങാത്തം പുലർത്തി അത് പോവുകയാണ്. യാത്ര തന്റെ ജീവന്റെ നിയമം തന്നെയായതുകൊണ്ട് അത് യാത്രാവിവരണം എഴുതിയെന്നുവരില്ല. താൻ മുമ്പേ എത്തിക്കഴിഞ്ഞു എന്ന അഹന്തയിൽ മുയൽ ഒരു കുറ്റിക്കാട്ടിൽ കിടന്നുറങ്ങുന്നുണ്ട്. ദൂരങ്ങളെല്ലാം തന്റേതാണെന്ന് മുയലിന് ഉറപ്പാണ്. എന്നാൽ അകാലത്തിൽ മുന്നേറിയ മുയലിന് പന്തയത്തിൽ തോൽക്കേണ്ടതുണ്ട്. അതങ്ങനെയാണ് പാഞ്ഞുപോകുന്നവരെല്ലാം പന്തയത്തിൽ തോൽക്കുന്ന ഒരുദിവസം വരുമല്ലോ. വേഗതയുടെ ദൂതന്മാരാൽ ഉപേക്ഷിക്കപ്പെട്ടവർ പന്തയത്തിൽ അന്തിമമായി ജയിക്കുന്ന ദിനം. ഇപ്പോൾ പാഞ്ഞുപോകുന്നവർക്ക് സ്വയം മറന്ന് ഏതെങ്കിലുമൊരു ഇടത്താവളത്തിൽ ഉറങ്ങേണ്ടിവരും. കാരണം, അവർ സ്വന്തം നിഴലിനോട് തന്നെയാണ് മത്സരിക്കുന്നത്.

ഉത്തരേന്ത്യയിലെ ചില ആദിവാസി ജനവിഭാഗങ്ങൾക്കിടയിൽ മനുഷ്യകാരുണ്യ പ്രവർത്തനം നടത്തിയ ഒരു ക്രിസ്തുമത പുരോഹിതൻ പറഞ്ഞ ഒരു സംഭവം ഇങ്ങനെയാണ്: അവർ ആദിവാസി ബാലന്മാർക്കുവേണ്ടി ഒരു മത്സരം സംഘടിപ്പിച്ചു. ഒരു കൂട്ടം കുട്ടികളിൽ ആരാണോ ഓടി മുന്നിലെത്തുന്നത് അവർക്ക് സമ്മാനം. കുട്ടികൾ എല്ലാവരും ഓടി. ലക്ഷ്യസ്ഥാനത്തിനടുത്തെത്തിയപ്പോഴാണ് നാഗരികർക്ക് തീരെ മനസ്സിലാവാത്ത ഒന്നു സംഭവിക്കുന്നത്. മുന്നിലെത്തിയ ബാലൻ അവിടെ നിന്നു. എന്നിട്ട് പിന്നിൽ ഓടിവരുന്നവരെ മാടിവിളിച്ചു. എല്ലാവരും എത്തിയപ്പോൾ അവർ ഒന്നിച്ച് ഓടി. ലക്ഷ്യത്തിലെത്തിയത് എല്ലാവരും ഒരുമിച്ച്. എല്ലാവരും ജയിച്ച ഇങ്ങനെയൊരു മത്സരം പുരോഹിതന്മാർ മുമ്പ് കണ്ടിട്ടില്ല. എന്തുകൊണ്ട് അങ്ങനെ ചെയ്തു എന്ന് ചോദിച്ചപ്പോൾ കുട്ടികൾ പറഞ്ഞു: ''വിറകൊടിക്കുന്നതും മീൻ പിടിക്കുന്നതുമെല്ലാം ഞങ്ങൾ ഒരുമിച്ചാണ്.'' ഈ കുട്ടികൾ വേഗതയുടെ ലോകത്തിന് ഒരു പ്രതിക്രിയയാവുമോ...?

•